வினைதீர்க்கும் விநாயகர்

சரோஜா விவேகானந்தன்

INDIA • SINGAPORE • MALAYSIA

ISBN 979-8-89322-770-3

விநாயகர் காயத்ரி

ஓம் தத்புருஷாய வித்மஹே
வக்ர துண்டாய தீமஹி
தந்நோ தந்தி ப்ரசோதயாத்

ஓம் ஏகதந்தாய வித்மஹே
வக்ரதுண்டாய தீமஹி
தந்நோ தந்தி ப்ரசோதயாத்

ஓம் சித்தி ரூபாய வித்மஹே
புத்தி நாதாய தீமஹி
தந்நோ கணபதி ப்ரசோதயாத்

மிகவும் சக்தி வாய்ந்த ஸ்லோகம்

வக்ர துண்ட மஹாகாய
சூர்யகோடி ஸமப்ரப
நிர்விக்னம் குருமே தேவ
சர்வ கார்யேஷு சதா ||

வளைந்த தும்பிக்கையும் பெரிய உடலும் கொண்டவரே
கோடி சூரியனின் சக்திக்கு ஒப்பானவரே
எந்நேரமும் எல்லா காரியங்களிலும் விக்கினங்களை
களைந்து எங்களுக்கு அருள்புரியுங்கள்.

விநாயக பெருமானின் மூல மந்திரங்கள்

சுக்லாம் பரதரம் விஷ்ணும்
சசிவர்ணம் சதுர்புஜம்
பிரசன்ன வதனம் த்யாயேத்
சர்வ விக்னோபவ சாந்தயே

பொருள் : வெள்ளை மனசு உள்ளவரும் , யானையோட கருப்பு நிறத்தை கொண்டவரும், நாலு கைகள் உடையவரும், பிரகாசமான முகத்தினரும், எல்லோரையும் நினைக்க செய்யும் உருவத்தில் இருக்கிறவருமான பிள்ளையாரை, எல்லா விக்னங்கள் தீரணும் என்பதாக வேண்டிக்கொண்டு நமஸ்காரம் செய்கிறேன்.

கஜானனம் பூதகணாதி ஸேவிதம்
கபித்த ஜம்பு பலசார பக்ஷிதம்
உமாசுதம் சோகவினாச காரணம்
நமாமி விக்னேஸ்வர பாதபங்கஜம்.

பொருள் : யானை முகத்தவனே, பூத கணங்களால் சேவிக்கப்படுபவனே, விளா நாவல் போன்ற பழங்களை விரும்பி உண்பவனே, உமையம்பிகையின் மகனே, கவலைகளை நீக்குபவனே, எல்லா இடையூறுகளையும தீர்க்க வல்லவனாகிய விநாயகனே, உன் பாதக்கமலங்களை வணங்குகிறேன்.

ஐந்து உயர் மந்திரம்

1. ஓம் ஈசானாய நம
2. ஓம் தத்புருஷாய நம
3. ஓம் அகோராய நம
4. ஓம் வாமதேவாய நம
5. ஓம் சத்யோ ஜாதாய நம

விநாயக பெருமானின் 16 திருநாமங்கள்

1. ஓம் சுமுகாய நம
2. ஓம் ஏகதந்தாய நம
3. ஓம் கபிலாய நம
4. ஓம் கஜகர்ணிகாய நம
5. ஓம் லம்போதராய நம
6. ஓம் விநாயகாய நம
7. ஓம் கணபதயே நம
8. ஓம் தூமகேதவே நம
9. ஓம் விக்னராஜாய நம
10. ஓம் கணாத்யஷாய நம
11. ஓம் பாலச்சந்திராய நம
12. ஓம் கஜானனாய நம
13. ஓம் வக்ரதுண்டாய நம
14. ஓம் சூர்ப்பகர்ணாய நம
15. ஓம் ஹேரம்பாய நம
16. ஓம் ஸ்கந்த பூர்வஜாய நம

இந்த திருநாமங்களை தினமும் வழிப்பட்டு வந்தால் எண்ணியவை எண்ணியபடி ஈடேறும்.

விநாயகர் பெயர் விளக்கம்

வி என்றால் மேலான, நாயகர் என்றால் தலைவர் என்று பொருள். மேலான தலைவர் என்ற பொருளில் விநாயகர் என்று பெயர் சூட்டப்பட்டது. விநாயகருக்கு அர்ச்சனை செய்யும்போது “ஓம் அநீஸ்வராய நம” என்றொரு திருநாமம் அர்ச்சிக்கப்படும். அநீஸ்வராய என்றால் இவருக்கு மேல் ஒரு தலைவர் இல்லை என்பது பொருள். ஆதிசங்கரர் பாடிய ‘கணேச பஞ்சரத்னம்’ ஸ்தோத்திரத்தில் “அநாயக ஏக நாயகம்” என்று விநாயகரை குறிப்பிடுகிறார். தனக்குமேல் ஒரு தலைவர் இல்லாத ஒரே கடவுள் என்பது இதன் பொருள். சிவகணங்களின் தலைவர் என்பதால் கணபதி என்றும், தடைகளை போக்குபவர் என்பதால் விக்னேஸ்வரர் என்றும் விநாயகர் அழைக்கப்படுகிறார்.

விநாயகர் திருமேனி

விநாயகரின் திருமேனியில் பல உண்மைகள் புலனாகும். ஆண்பெண் அவி அல்லாத நிலையில் அவர் காட்சியளிக்கிறார்.

தலை - யானைத்தலை,
உடல் - தேவ உடல்,
கால் - பூதக்கால்,
கொம்பு - ஒற்றைக்கொம்பு.

இத்தகைய கோலத்தை கண்டார் ஒரு புலவர். அவர் உள்ளத்தில் எழுந்த பக்தி பாடலே "விநாயக கவசம்". பாடியவரோ கவிராக்ஷயா கச்சியப்ப முனிவரின் ஆசிரியப் பெருந்தகையராகிய ஸ்ரீ மாதவர் சிவஞான ஸ்வாமிகள் ஆவார்.

கணபதியின் வடிவங்கள்

பாலகணபதி
தருண கணபதி
பக்தி கணபதி
வீர கணபதி
த்விஜ கணபதி
ஹேரம்ப கணபதி
லட்சுமி கணபதி
மகா கணபதி
விஜய கணபதி
நிருத்ய கணபதி
ஊர்த்துவ கணபதி
ஏகாக்ஷர கணபதி
வரத கணபதி
த்ரியக்ஷ கணபதி
ஹரித்ர கணபதி
ஏகதந்த கணபதி
சிருஷ்டி கணபதி

சித்தி கணபதி
பிங்கல கணபதி
உச்சிஷ்ட கணபதி
விஞ்ஞா கணபதி
க்ஷிப்ர கணபதி
உத்தண்ட கணபதி
ருணமோசக கணபதி
துண்டி கணபதி
குந்தி கணபதி
தவிமுக கணபதி
திருமுக கணபதி
சிம்ம கணபதி
சக்தி கணபதி
யோக கணபதி
துர்கா கணபதி
சங்கட ஹர கணபதி
க்ஷிப்ர கணபதி

விநாயகப்பெருமானின் பெருவயிறு

இந்தப்பிரபஞ்சம் முழுவதும் இறைவனுக்குள் அடக்கம் என்பதை உணர்த்தும் அறிய தத்துவமாகும்.

விநாயகருள் பஞ்சபூதங்கள்

பஞ்ச பூதங்களையும் தம்முள் அடக்கிய முழு ஞானக்கடவுளாக விநாயகரைக் கூறுவர். மடித்து வைத்துள்ள பாதம் மண்ணையும், சரிந்த தொந்தி நீரையும், மார்பு நெருப்பையும், இரு புருவங்கள் சேர்ந்த அரைவட்டம் காற்றையும், அவற்றில் வில்போல் வளைந்திருக்கும் கோடு ஆகாயத்தையும் குறிக்கும்.

தோப்புக்கரணம்

விநாயகருக்கு தோப்புக்கரணம் போடும்போது நெற்றியுள் உள்ள சுகமான நாடி தட்டி எழுப்பப்படுகிறது. இதனால் நாடிகள் சுறுசுறுப்பாகி சோம்பலை அகற்றி நல்ல மனநிலை, மனவளர்ச்சி, மெய்ஞானம் முதலியவற்றை அடைய வழி வகுக்கிறது.

விநாயகரின் வாகனம்

விநாயகருக்கு வாகனம் பெருச்சாளி என்பதே சிறப்பாக காணப்படுவதாயினும், மயிலும் வாகனமாக உடையவர். ஒரு சமயம் யாகத்தில் தோன்றிய விந்தையின் வயிற்றில் தோன்றிய முட்டையிலிருந்து வெளிப்பட்ட மயிலையும் விநாயகர் வாகனமாகக் கொண்டார் என்பது புராணம்.

விநாயகருடைய படைகள்

- பாசம்
- அங்குசம்
- தந்தம்
- வேதாளம்
- சத்தி
- அம்பு
- வில்
- சக்கரம்
- கத்தி
- கேடயம்
- சம்மட்டி
- கதை
- நாகபாசம்
- சூலம்
- வீணை
- குந்தாலி
- மழு
- கோடி
- தண்டம்
- கமண்டலம்
- பரசு
- கரும்பு
- சங்கம்
- புஷ்பபாணம்
- கோடாரி
- அக்ஷமாலை
- சாமரம்
- கட்டுவாங்கம்
- தீ அகல்

1. ப்ரம்மா முதலிய தேவர்கள் எல்லாச் செயல்களின் தொடக்கத்திலும் விநாயகரை வணங்கி காரியசித்தி அடைந்தார்கள்.அத்தகைய விநாயகரை நாமும் வணங்குவோம்..........ஸ்ரீதேவி பாகவதம்
2. விநாயகப்பெருமானே என்னுடைய முன்வினைப்பயனாக ப்ரம்மா என் தலையில் கொடிய விதியை எழுதினார். அந்தக்கொடிய விதியை உடனே அழித்து அமுதம் நிரம்பிய தங்களின் கடைக்கண் பார்வையில் என்னுடைய பாவங்களையும், ஆபத்துக்களையும் போக்கிக்கொடுத்து அருள் செய்யுங்கள்......................ஸ்ரீ கணேச கராவலம்ப ஸ்தோத்ரம்
3. பிறப்பற்றவர், மாறுதலற்றவர், உருவமற்றவர், ஆனந்தத்தைக் கடந்தவர்,

ஆனந்த மையமாக இருப்பவர், ஒன்றேயானவர், நிறைந்தவர், எல்லாவற்றிற்கும் மேலானவர், குணங்களை கடந்தவர், வித்தியாசமற்றவர், ஆசைகளை கடந்தவர், பரம்பொருளாகிய கணேசரை நாம் துதிப்போம்............ஸ்ரீ கணேச தியானம்

4. எவரிடமிருந்து மோட்சத்தை விரும்பகிறவர்களுக்கு, அஞ்ஞானம் விலகி ஞானம் உண்டாகிறதோ, எவரிடமிருந்து பக்தர்களுக்கு மகிழ்ச்சி அளிக்கும் செல்வங்கள் உண்டாகின்றனவோ, எவரிடமிருந்து இடையூறுகள் விலகுமோ, எவரிடமிருந்து காரியசித்தி ஏற்படுமோ, அந்தக் கணபதியை நாங்கள் எப்போதும் வணங்குகிறோம். அவருக்கு சேவையும் செய்கிறோம்.... ஸ்ரீ கணேச அஷ்டகம்

விநாயகரின் அறுபடை வீடுகள்

அண்ணன் விநாயகருக்கும் தம்பி முருகனைப்போல் அறுபடை வீடுகள் உள்ளன.

1. முதல் வீடு - திருவண்ணாமலை அண்ணாமலையார் கோயில் - அல்லல் தீர்க்கும் விநாயகர்
2. இரண்டாம் வீடு - திருமுதுகுன்றம் விருத்தாசலம் விருத்தகிரீஸ்வரர் கோயில் - ஆழத்துப் பிள்ளையார். கல்வி செல்வம் தருபவர்.
3. மூன்றாம் வீடு - திருக்கடையூர் - கள்ள வாரணப் பிள்ளையார். மரண பயம் நீங்கும்.
4. நான்காம் வீடு - மதுரை மீனாட்சி அம்மன் கோயில் - மதுரை சித்தி விநாயகர். காரிய சித்தி கிட்டும்.
5. ஐந்தாம் வீடு - பிள்ளையார்பட்டி - கற்பக விநாயகர். எல்லா இன்பமும் கிட்டும்.
6. ஆறாம் வீடு - திருநாரையூர் சவுந்தரேஸ்வரர் கோயில்(கடலூர்) - பொல்லாப் பிள்ளையார். ஞானம் வரும்.

<u>உலகின் சில பெரிய பிள்ளையார்</u>

- <u>தாய்லாந்து</u> நாட்டில் 128 அடியில் வெண்கல பிள்ளையார். நான்கு கைகளிலும் பலா, மா, வாழை மற்றும் மக்காச்சோளம் கொண்டுள்ளார்..
- <u>தமிழ்நாடு, கோவை</u> மாவட்டத்தில் 20 அடியில் புளியகுளம் முந்தி விநாயகர்.
- <u>தமிழ்நாடு,திண்டுக்கல்</u>- 108 பிள்ளையார் கோவிலில் 32 அடியில் பிள்ளையார்.
- <u>தமிழ்நாடு, விருதுநகர்</u> மாவட்டம் (மலை பெருமாள்) ஊரிலுள்ள சீனிவாசப் பெருமாள் என்ற வெங்கடாசலபதி ஆலயத்திலுள்ள பிள்ளையார் மிகப்பெரிய உருவம் கொண்டவராக போற்றப்படுகிறார். வைணக்கோவிலுள்ள இந்த விநாயகர் 12 அடி உயரமும், 8 அடி அகலமும் கொண்டு அருள் பாலிக்கிறார்.
- <u>தெலுங்கானா</u> நாகர் கர்நூலில் 29 அடியில் ஐஸ்வரிய கணபதி.

விநாயகர் வழிப்பாட்டு பலன்கள்

விநாயகரை வழிபட்டு வருவதால் வாழ்வில் பல நல்ல பலன்களைப் பெற்று வளமுடன் வாழலாம்.

1. மண்ணால் செய்த விநாயகரை வழிபட்டால் நற்பதவி கிடைக்கும்.

2. பசுஞ்சாணத்தில் பிடித்த பிள்ளையாரை வழிபட்டால் நோய்களை நீக்கி அருள் புரிவார்.

3. குங்குமப் பிள்ளையாரை வழிபட்டால் குழந்தைகள் கல்வியில் சிறக்க அருள்புரிவார்.

4. மஞ்சள் பொடியில் செய்த பிள்ளையாரை வழிபட்டால் காரிய சித்தி தருவார்.

5. புற்றுமண்ணால் செய்த விநாயகரை வழிபட்டால் லாபம் பெறலாம்.

6. வெல்லத்தினால் செய்யப்பட்ட விநாயகரை வழிபட்டால் அனைத்து நலன்களும் கிட்டும்.

7. உப்பு விநாயகரை வழிபட்டால் எதிரிகளை வெல்லும் சக்தி பெறலாம்.

8. கல்லினால் செய்த விநாயகரை வழிபட்டால் சகல நன்மைகளும் அடையலாம். வியாபாரம் செழிக்கச் செய்வார்.

9. வெள்ளெருக்கு விநாயகரை வழிபட்டால் செல்வம் செழிக்கும்.

10. மாவால் செய்த விநாயகரை வழிபட்டால் அனைத்து செயல்களிலும் வெற்றி பெறலாம்.

அஷ்ட விநாயகர்

1. வக்ரதுண்ட விநாயகர் - சென்னை
2. மஹோத விநாயகர் - ராமேஸ்வரம்.
3. ஏகதந்த விநாயகர் - கேரளா
4. கஜானன விநாயகர் - தஞ்சாவூர்
5. விகித விநாயகர் - காஷ்மீர்
6. விக்னராஜ விநாயகர் - இமாலயம்
7. தூம்ரவர்ண விநாயகர் - திபெத்
8. லம்போதர விநாயகர் - மஹாராஷ்ட்ரா

நம் நாட்டின் அஷ்ட விநாயகர்கள் என்று அழைக்கப்படுகிறார்கள்.கணபதிபுலே என்ற விநாயகர் அஷ்டவிநாயகர்களுக்கும் தலைவர்.

அஷ்டவினாயக்

மஹாராஷ்ட்ரா புனேவில் எட்டு விநாயகர்கள் கோவில்களை குறிக்கும்.

1. மயூரேஷ்வர்
2. சித்தி விநாயக்
3. பல்லாலேஷ்வர்
4. வராத விநாயக்
5. கிரிஜாத்மக்
6. சிந்தாமணி
7. விக்னேஸ்வர்
8. மகா கணபதி

உடனடி பலனளிக்கும் விநாயகர் நாமங்களும் பொருளும்

1. சுமுகன் - அழகிய முகமுடையவர்.
2. ஏகதந்தன் - ஒற்றைத்தந்தமுடையவர்
3. கபிலர் - யானையின் பெரிய காதுகளைக் கொண்டவர்.
4. கஜகர்ணன் - யானையின் பெரிய காதுகளைக் கொண்டவர்.
5. லம்போதரர் - பெரு வயிறு உடையவர்.
6. விகடர் - யானை முகத்தால் வேடிக்கை காட்டுபவர்.
7. விக்னராஜர் - தடைகளை நீக்குபவர்.
8. விநாயகர் - தெய்வங்களில் முதல்வர்.
9. தூமகேது - அழகானவர்.
10. கணாத்யக்ஷர் - தேவ கணங்களுக்கு அதிபதி
11. பாலச்சந்திரர் - பிறைநிலா அணிந்தவர்.
12. கஜானனன் - யானை முகம் கொண்டவர்.
13. வக்ரதுண்டர் - வளைந்த துதிக்கை உடையவர்.
14. சூர்ப்பகர்ணன் - அகன்ற காதுகளை உடையவர்.
15. ஹேரம்பர் - ஐந்து முகம் கொண்டவர்.
16. ஸ்கந்த பூர்வஜர் - கந்தனுக்கு முன் பிறந்தவர்.

ஓம் மந்திரத்தின் மகத்துவம்

பிரணவமான ஓம் என்ற மந்திரத்தில் அ, உ, ம் என்ற மூன்று எழுத்துக்களின் உச்சரிப்பு சேர்ந்தே இருக்கிறது. இதில் :-

அ என்ற ஓசை நம்முடைய வயிற்றுப் பகுதியிலிருந்து சக்தியுடன் எழுந்து வருகிறது.

உ என்பது நம்முடைய கண்டத்திலிருந்து அதாவது கழுத்திலிருந்து புறப்படுகிறது.

ம் என்பது உதடுகளை மூடி முடித்து வைக்கிறது.
இந்த மூன்றும் மொழியை அமைக்கும் ஒலிகளை பிரதிபலிக்கும் செயல்களாக அமைகின்றன. ஆரம்பம், இடைப்பட்டது, முடிவு என்ற மூன்று நிலைகளையும் அவை உணர்த்துகிறது.

இடையூறுகள் தடுக்க

கணபதியின் இந்த பெயர்களை வித்யாரம்பம் சமயத்திலோ, விவாக சமயத்திலோ, உள்ளே பிரவேசிக்கும் போதோ, வெளியே செல்லும் போதோ, யுத்தத்திலோ, அல்லது வேறு எந்த காரியமானாலும், படித்தாலோ, கேட்டாலோ, எல்லாக் காரியங்களும் இடையூறின்றி நடைபெறும்.

1. இன்பம் தவழும் முகம் உடையவர்.
2. ஒரே தந்தம் உடையவர்.
3. சாம்பல் நிறம் உடையவர்.
4. யானைகளின் செவிகளை உடையவர்.
5. பெருவயிறு உடையவர்.
6. மகிழ்ச்சி உடையவர்.
7. இடையூறுகளை களைபவர்.
8. தன்னை விஞ்சியத்தலைவர் இல்லாதவர்.
9. வாழ் நட்சத்திரம் போன்றவர்.
10. கணங்களுக்கு அதிபதியானவர்.
11. யானை முகத்தோன்.
12. உடைந்த தந்தம் உடையவர்.
13. முருகவேளுக்கு மூத்தவர்.

பால கங்காதர திலகர்

- லோகமான்ய பாலகங்காதர திலகர் **1893**-ம் ஆண்டு விநாயகர் சதுர்த்தியை மக்கள் திருவிழாவாக பத்து நாட்கள் கொண்டாட வேண்டுமென்றறிவித்தார்.

- முதன் முதலில் திருவிழாவாக கொண்டாடியவர் தகடுசேத் கணபதி.

- பிள்ளையாருக்கு முதன் முதலாக கொழுக்கட்டை செய்து வழிபட்டவர் வசிஷ்ட முனிவரின் மனைவி அருந்ததி.

கணபதி ஹோமம்

கணபதி ஹோமம் அஷ்ட திரவிய ஹோமம் எனப்படும். விநாயகருக்கு அஷ்ட திரவிய பிரியன் என்ற பெயர் உண்டு.

அஷ்ட திரவியம் என்றால்
1.அருகம்புல், 2.கரும்பு, 3.அவல், 4.வாழைப்பழம், 5.சத்துமாவு, 6.கொழுக்கட்டை, 7.பொறி, 8.வெள்ளை எள் என்பவை ஆகும்.கணபதி ஹோமத்தை இக, பர சௌக்கியங்களை வேண்டி உலகம் உய்ய நாம் அனைவரும் கணபதி ஹோமம் செய்து கணபதி அருளை பெறுவோம்.

அருகம்புல்

புண்ணியம், பாவம், சுகம், துக்கம், தர்மம், அதர்மம், இப்படி ஒன்றுக்கொன்று முரண்பாடாக உள்ள இரட்டைப் பண்பு ஒழிந்து ஒற்றைப்பண்பு உருவாக வேண்டும் என்பதற்காகவே இரட்டை அருகம்புல்லால் விநாயகரை வழிபடுகிறோம்.

எருக்கன் மாலை

எருக்கன் செடிக்கு அருக்கன் என்ற மற்றோரு பெயரும் உண்டு. அருக்கன் என்பதற்கு மூத்தகுமாரன் என்ற அர்த்தம் உண்டு. சிவபெருமானின் மூத்தகுமாரரான விநாயகரைக் குறிக்கிறது. விநாயகர்

வழிபாட்டில் விநாயகர் கழுத்தில் எருக்கன் பூக்களால் மாலை தொடுத்து அணிவிப்பது வழக்கம்.எருக்கஞ்செடி விநாயகர் வழிபாட்டில் முக்கிய இடம் பெறுகிறது. எருக்கஞ்செடியில் இரண்டு வகைகள் உண்டு. ஒன்று சிறிய நீலம் கலந்த பூக்கள் பூக்கும். மற்றொன்று வெள்ளை நிற பூக்கள் பூக்கும்.

அகத்திக்கீரை அர்ச்சனை

அருக்கு இல்லை மட்டுமின்றி அருகம்புல், அகத்திக்கீரை, கரிசலாங்கண்ணி, மருது, வில்வம், ஊமத்தை, மாதுளை, இலந்தை, மரிக்கொழுந்து, வன்னி, அரசு, கண்டங்கத்திரி, அரளி, நெல்லி இல்லை தழைகளைக் கொண்டும் விநாயகருக்கு அர்ச்சனை செய்யலாம். தாமரை, மல்லிகை, ரோஜா போன்ற வாசனை பூக்கள் மட்டுமின்றி எளிய இலை தழைகளையம் ஏற்று மகிழ்பவர் விநாயகர் என்பதை இது காட்டுகிறது.

பிள்ளையார் என ஏன் கூறுகின்றோம்?

பார்வதி சிவன் தம்பதிக்கு விநாயகரும் முருகனும் பிள்ளைகள்.விநாயகரை மட்டும் பிள்ளையார் என மதிப்புடன் அழைக்கின்றோம். அந்த மரியாதை விநாயகருக்கு மட்டுமே தரப்படுகிறது. உலகிற்கே பெரியவர்களான

பார்வதி சிவபெருமானின் பிள்ளை விநாயகர் என்பதோடு கருணை, பலம், புத்திக்கூர்மை, அன்பு மனம் கொண்டவர் என்பதால் இவரை பிள்ளையார் என போற்றுகிறோம்.

<u>விநாயகர் வழிபாட்டில் கிழமையும் பலனும்</u>

1. ஞாயிறு - உடல் நலம் பெறுக
2. திங்கள் - மன நலம் சிறக்க
3. செவ்வாய் - செவ்வாய் தோஷம் தீர
4. புதன் - கல்வி, நல்ல பண்பு வளர
5. வியாழன் - நல்ல மணவாழ்வு அமைய
6. வெள்ளி - செல்வம் சேர
7. சனி - நீண்ட ஆயுள் பெற

<u>எந்த ராசிக்கு எந்த விநாயகர்</u>

- மேஷம் - வீர கணபதி
- ரிஷபம் - வித்யா கணபதி
- மிதுனம் - கண் திருஷ்டி கணபதி
- கடகம் - ஹேரம்ப கணபதி
- சிம்மம் - விஜய கணபதி
- கன்னி - உச்சிஷ்ட கணபதி
- துலாம் - க்ஷிப்ர பிரசாத கணபதி
- விருச்சிகம் - நர்த்தன கணபதி
- தனுசு - சங்கட ஹர கணபதி
- மகரம் - யோக கணபதி
- கும்பம் - சித்தி கணபதி
- மீனம் - பால கணபதி

முதல்வர் விநாயகர்

முப்பத்து முக்கோடி தேவர்களுக்கும், மும்மூர்த்திகளான ப்ரம்மா, விஷ்ணு, சிவன் ஆகியோருக்கும் முதல்வர் விநாயகரே. அவரது தொந்தி ப்ரம்மாவின் அம்சம். முகம் விஷ்ணுவின் அம்சம். இடப்பாகம் பார்வதியின் அம்சம். வலப்பாகம் சூரியனின் அம்சம். மூன்று கண்கள் சிவனின் அம்சம். எனவே விநாயகரை வழிபட்டால் அனைவரையும் வழிபட்ட பலன் கிடைக்கும்.

விநாயகர் ஜாதகம்

வினைகள் தீர்க்கும் விநாயகர் ஜாதகம்

		சனி ராகு	
	ராசி		குரு
செவ்வாய்			சூரியன்
	லக்னம் / கேது		சந்திரன் புதன் சுக்ரன்

விநாயகர் ஜாதகத்தை பூஜித்தால் நல்ல புத்தி உண்டாகும். முயற்சியில் குறுக்கிடும் தடை நீங்கும். தொழில் வியாபாரம் வளர்ச்சி பெரும்.

இராமபிரானுக்கு துணை நின்றவர்

வெற்றி கிடைக்க தோண்டி கடலிலிருந்து இலங்கைக்கு பாலம் கட்ட ராமபிரான் வந்த போது, இங்கு கட்டுவதை விட ராமேஸ்வரத்திலிருந்து பாலம் காட்டினால் இலங்கை செல்வது எளிது என வழிகாட்டியவர் விநாயகரே. ராமபிரானுக்கு துணை நின்ற இவரை வழிபட்டால் வாழ்வில் வெற்றி நிச்சயம் கிடைக்கும்.

களிமண் தத்துவம்

மஞ்சள், சந்தனம், களிமண்ணால் சிலை செய்து விநாயகரை வழிபடலாம். இதில் விநாயகருக்கு சதுர்த்தியன்று களிமண் விநாயகரை வழிபடுவது சிறப்பு. இதை நீர் நிலைகளில் கரைப்பது அவசியம். மண்ணில் பிறந்த நீ மண்ணுக்கே சொந்தமாவாய் என்னும் உண்மையை இது நமக்கு உணர்த்துகிறது.

விநாயகர் அர்ச்சனை

அரளி இலை - அன்பு
அரசு இலை - எதிரி நாசம்
அகத்தி இலை - துயரம் கலைதல்
எருக்க இலை - குழந்தைப்பேறு
மருது இலை - மகப்பேறு
மாதுளை இலை - நற்புகழ்
கண்டங்கத்திரி இலை - இலட்சுமி கடாட்சம்
வெள்ளூருக்கு இலை - சகல பாக்கியம்

விநாயகருக்கு சஷ்டி

சஷ்டி விரதம் என்றால் அது முருகப்பெருமானுக்குத்தான். ஆனால் விநாயகருக்கும் சஷ்டி விரதம் உண்டு. அதுவே விநாயக சஷ்டி விரதம். <u>கார்த்திகை மாதம் தேய்பிறை பிரதமை முதல் மார்கழி மாதம் வளர்பிறை சஷ்டி முடிய</u> இருபத்தோரு நாட்களும் விநாயகரை எண்ணி செய்யப்படும் விரதம். இருபத்தோரு இழைகளாலான நோன்புக்கயிற்றை கையில் கட்டிக்கொள்வார்கள். ஆண்கள் வலக்கையிலும், பெண்கள் இடக்கையிலும் கட்டி கொள்வது வழக்கம்.

தூர்வா கணபதி விரதம்

கார்த்திகை மாத வளர்பிறை சதுர்த்தியன்று அருகம்புல்லின் மீது விநாயகரை வைத்து அவரை தியானித்துச் செய்யும் விரத விழா இது. எமனின் மகனான அனலன் ப்ரம்மதேவனை சந்தித்து வரம் பெற்றவன். அவனால் பாதிக்கப்பட்டவர்கள் அநேகர். அவர்கள் அனைவரும் நடுங்கிப்போய் விநாயகரிடம் முறையிட்டனர்.

அவர்கள் குறை தீர்க்க அனலனை தன் துதிக்கையால் எடுத்து விழுங்கினார். அனலன் விநாயகப்பெருமான் வயிற்றுக்குள் போனதும், அனைவரின் உடல் கொதிக்க ஆரம்பித்து தவித்தார்கள். நமது கொதிப்பு நீங்க வேண்டுமென்றால் அதற்கு ஒரே வழி விநாயகரின் திருமேனியைக் குளிர செய்வதுதான் என்று தீர்மானித்து அவர்கள்

மிகவும் குளிர்ச்சியான சந்திரனின் அமுத்தகாற்றைகளை விநாயகர் மீது சொரிந்தார்கள். பாலை ஊற்றினார்கள். பாம்புகளை எடுத்து விநாயகரின் திருமேனி முழுவதும் சுற்றினார்கள்.

எதுவும் பலனளிக்கவில்லை. அப்போது ரிஷிகள் ஒவ்வொருவரும் இருபத்தோரு அருகம்புல்லை எடுத்து விநாயகரின் திருமேனியில் சுற்றியதும், விநாயகரின் திருமேனி குளிர்ந்தது. அதனால் அனைவரும் குளிர்ந்தார்கள். அனலனை யானைமுகன் அழித்து அருகம்புல்லின் மேன்மையை வெளிப்படுத்தியது கார்த்திகை மாத சதுர்த்தி தினத்தன்றுதான். அதனால் தூர்வா கணபதி விரதம் உண்டானது என்பர்.
நோயில்லா வாழ்வை அளிக்கக் கூடியது இந்த தூர்வா கணபதி விரதம்.

வலம் வந்து கனி வாங்கிய கணபதி

பிள்ளையார் தனது வாகனமான மூஞ்சூர் மீது அமர்ந்த கோலத்தில் காட்சி தருவதை வேலூர் மாவட்டத்தில் அமைந்த திருவல்லம் கோவிலில் தரிசிக்கலாம்.விநாயகர் பெயர் “கனி வாங்கிய பிள்ளையார்”. மாம்பழத்துக்காக பெற்றோர் சிவன் பார்வதியை வலம் வந்ததை உணர்த்தும் வகையில் இந்த ஊர் திருவலம் என்று அழைக்கப்பட்டு காலப்போக்கில் திருவல்லம் என்று ஆனதாக சொல்வர். துதிக்கையில் மாங்கனியை வைத்து வடக்கு நோக்கிய நிலையில் மூஞ்சூறு மீது அமர்ந்து அழகுற காட்சி தருகிறார் கனி வாங்கிய விநாயகர்.

கணபதியை கடலில் கரைப்பது ஏன்?

ஒரு சமயம் பார்வதிதேவி கங்கையில் குளிக்கும்போது தன் அழுக்கை திரட்டி பொம்மையாக்கினார். அது யானைத்தலையும் மனித உருவும் கொண்டிருந்தது. அதை பார்வதிதேவி எறிய பெருக்கோடு விநாயகனாக வெளியே வந்தார். அவரை பார்வதி கங்கை இருவரும் பிள்ளையாக ஏற்றுக்கொண்டனர். விநாயகருக்கு இருவரும் அன்னையரே.

இதனால்தான் சதுர்த்தி முடிந்ததும் பிள்ளையாரை கங்கையில் கரைக்கும் பழக்கம் ஏற்பட்டது. பின்னர் கங்கையும் சேருமிடம் கடல், அதனால் தான் பிள்ளையாரை கடலில் கரைக்கும் பழக்கம் உண்டானது. பத்ம புராணத்தில் உள்ள கதை.

கணபதி அக்கிரஹாரம்

கணபதி அக்கிரஹாரம் இந்தியாவின் தமிழ்நாடு தஞ்சாவூர் மாவட்டத்தில், பாபநாசம் வட்டத்தில், காவேரி நதியோரம் வேளாண் நிலப்பரப்பின் எழில் மிகு அழகுடனும் அமைந்துள்ள ஒரு சிற்றூர். இவ்வூரில் அமைந்த புகழ்பெற்ற மகா கணபதி கோயிலின் பெயரால் கணபதி அக்கிரகாரம் அழைக்கப்படுகிறது.
இக்கோவிலின் மூலவர் சிலை அகத்திய முனிவரால் நிறுவப்பட்டு, கௌதம மகரிஷியால் வணங்கப்பட்டு வந்ததாகும். இக்கோயிலின் கணேசர் மிகவும் சக்தி வாய்ந்தவராகக் கருதப்படுகிறார்.

ஆத்யந்த பிரபு

விநாயகரும் ஆஞ்சநேயரும் இணைந்த வழிபாடு சில ஆண்டுகளாக பிரசித்தி பெற்று வருகிறது. இவரை ஆத்யந்த பிரபு (அர்த்தநாரீஸ்வரி) என அழைக்கின்றனர். ஒரு புறம் விநாயகரின் தும்பிக்கையும் மறுபுறம் ஹனுமானின் முகமும் கொண்டு இந்த சிலை வடிக்கப்படுகிறது. ப்ரஹ்மச்சர்ய விரதம் மேற்கொள்ள நினைப்பவர்கள் இந்த ப்ரம்மச்சாரிகளை வணங்க வேண்டும். ஆஞ்சநேயர் சிவனின் அம்சமானவர். சிவனே ஹனுமானாக வடிவெடுத்து ராமபிரானுக்கு உதவியதாகவும் கூறுவார்கள். விநாயகரோ சக்தியிலிருந்து உருவானவர். எந்த ஒரு செயலையும் விநாயகரை வணங்கிய பிறகுதான் துவக்குகிறோம். அச்செயல் நிறைவுபெறும்போது ஹனுமனை வணங்கி விட்டு முடிக்க வேண்டும். இதன் அடிப்படையில் சென்னை தரமணி அருகிலுள்ள மத்திய கைலாஷ் கோயிலில் ஆத்யந்த பிரபு சன்னதி அமைக்கப் பட்டுள்ளது.

காசி நகர விநாயகர்கள்

1. ஓம் துண்டி விநாயகரே போற்றி
2. ஓம் துர்க்கை விநாயகரே போற்றி
3. ஓம் அரக்க விநாயகரே போற்றி
4. ஓம் பிரசன்ன விநாயகரே போற்றி
5. ஓம் வீம விநாயகரே போற்றி
6. ஓம் சந்த்ர விநாயகரே போற்றி
7. ஓம் சித்த ரூப விநாயகரே போற்றி
8. ஓம் லம்போதர விநாயகரே போற்றி
9. ஓம் கூபதந்த விநாயகரே போற்றி
10. ஓம் சாலடக விநாயகரே போற்றி
11. ஓம் குலப்ரிய விநாயகரே போற்றி
12. ஓம் சதுர்த்தி விநாயகரே போற்றி
13. ஓம் பஞ்சமி விநாயகரே போற்றி
14. ஓம் முண்ட விநாயகரே போற்றி
15. ஓம் சமுசிக விநாயகரே போற்றி
16. ஓம் விடங்க விநாயகரே போற்றி
17. ஓம் நீச விநாயகரே போற்றி
18. ஓம் இராச விநாயகரே போற்றி
19. ஓம் ப்ரணவ விநாயகரே போற்றி
20. ஓம் உபதாப விநாயகரே போற்றி
21. ஓம் வக்ரதுண்ட விநாயகரே போற்றி
22. ஓம் ஏகதந்த விநாயகரே போற்றி
23. ஓம் திரிமூல விநாயகரே போற்றி
24. ஓம் பஞ்சமுக விநாயகரே போற்றி
25. ஓம் ஹேரம்ப விநாயகரே போற்றி
26. ஓம் விக்னராஜ விநாயகரே போற்றி

27. ஓம் வரத விநாயகரே போற்றி
28. ஓம் மோதகப் ப்ரிய விநாயகரே போற்றி
29. ஓம் ஏகோ பயப்ரத விநாயகரே போற்றி
30. ஓம் சிங்கமுக விநாயகரே போற்றி
31. ஓம் கூர்நிதாக்ஷ விநாயகரே போற்றி
32. ஓம் சிந்தாமணி தந்த
வக்ர விநாயகரே போற்றி
33. ஓம் தந்த வக்ர விநாயகரே போற்றி
34. ஓம் அபிசாண்டி விநாயகரே போற்றி
35. ஓம் நிப்ரசாத விநாயகரே போற்றி
36. ஓம் ஊர்த்துவாண்ட முண்ட
விநாயகரே போற்றி
37. ஓம் மணிகண்ண விநாயகரே போற்றி
38. ஓம் ஆசர சிருஷ்டி விநாயகரே போற்றி
39. ஓம் கசகன்ன விநாயகரே போற்றி
40. ஓம் கண்டா விநாயகரே போற்றி
41. ஓம் சுமங்களா விநாயகரே போற்றி
42. ஓம் மந்திர விநாயகரே போற்றி
43. ஓம் மோதக விநாயகரே போற்றி
44. ஓம் சுமுக விநாயகரே போற்றி
45. ஓம் துன்முக விநாயகரே போற்றி
46. ஓம் கன்ப விநாயகரே போற்றி
47. ஓம் அபர விநாயகரே போற்றி
48. ஓம் ஆக்கின விநாயகரே போற்றி
49. ஓம் துவார விநாயகரே போற்றி
50. ஓம் அவிமுக்த விநாயகரே போற்றி
51. ஓம் ஆமோத விநாயகரே போற்றி

52. ஓம் பகீரத விநாயகரே போற்றி
53. ஓம் கீர்த்தி விநாயகரே போற்றி
54. ஓம் பந்து விநாயகரே போற்றி
55. ஓம் கனக விநாயகரே போற்றி
56. ஓம் அரிச்சந்த்ர விநாயகரே போற்றி

நன்றி வினை தீர்க்கும் விநாயகர் காசி க்ஷேத்திரத்திலுள்ள 56 விநாயகர்களின் திருநாமங்களாகும். இந்த திருநாமங்களை யார் துதித்தாலும் அவர்களிடமுள்ள ராக்ஷஸ குணம் மாறி தெய்வ குணம் ஏற்படும்.

விநாயகர் செய்திகள்

1. அகில உலகமும் விநாயகரின் மணிவயிற்றில் அடங்கி கிடப்பவை என்ற செய்தியை அவருடைய மத்தள வயிறு புலப்படுத்துகிறது.
2. கணபதி மந்திரங்களை ப்ரம்ம முகூர்த்த வேலை எனப்படும் அதிகாலை 4.30 மணி முதல் 6 மணிக்குள் ஜெபிப்பது மிகவும் நல்லது. இது கணேச உத்தரதாயினி உபநிஷத்தில் கூறப்பட்டுள்ளது.
3. சூரசேனன் என்னும் மன்னன் விநாயகர் விரதத்தை தான் கடைப்பிடித்ததோடு அல்லாமல் தன நாட்டு மக்களையும்

கடைபிடிக்கச் செய்து சகல செல்வங்களையும் பெற்றான்.

4. விநாயகர் பூதமாய், தேவராய், விலங்காய், ஆணாய், பெண்ணாய், உயர்திணையாய், அக்றிணையாய், எல்லாமாய் விளங்குகிறார்.
5. விநாயக பக்தர்களில் தலை சிறந்தவர் புருகண்டி முனிவர். விநாயகரை நோக்கித் தவமிருந்து விநாயகரை நேரில் தரிசனம் செய்தவர்.
6. பிள்ளையார், சூரியன், அம்பிகை, விஷ்ணு, சிவன் என்று ஐம்பெரும் தெய்வங்களையும் ஒரே நேரத்தில் ஒரே இடத்தில் வைத்து பூஜை செய்வதற்கு கணபதி “பஞ்சாயதனம்” என்பர். இதில் விநாயகப் பெருமானை ஐந்து மூர்த்திகளின் நடுவில் வைத்து பூஜிக்க வேண்டும்.
7. கேது திசை நடக்கையில் அதற்குரிய ஏழு ஆண்டுகளிலும் ஆன்மீக நாட்டம் அதிகரிக்குமாம். அச்சமயங்களில் கேதுவுக்குரிய தெய்வமாக விளங்கும் விநாயகப் பெருமானை வழிபட்டு வந்தால் துன்பங்களில் துவளாமல் இன்பமாக அதை கடக்கலாம். கேது ஒருவருடைய சுய ஜாதகத்தில் எந்த வீட்டில் இருக்கிறார் என்பதையறிந்து அந்த திசை

நோக்கியிருக்கும் விநாயகரைத் தேர்ந்தெடுத்து வழிபட்டால் இன்னும் சிறப்பான பலன்களைப் பெறலாம்.

8. ‘ஓம் சிந்தாமணி விநாயக போற்றி’ என்று வழிபட காணாமல் போன பொருள் உடனே கிடைக்கும்.
9. பெற்றோருடன் விநாயகர் அமர்ந்திருக்கும் கோலத்தை ‘கஜமுக அனுக்கிரக மூர்த்தி என்பர்.
10. விநாயகர் வீற்றிருக்கும் உலகத்தை ஆனந்த புவனம் என்பர்.
11. ஆந்திர மாநிலம் ஸ்ரீசைலத்தில் குழலூதும் விநாயகர் கோயில் உள்ளது.
12. விநாயகர் மடியில் அவரது மாமனான கிருஷ்ணன் இருக்கும் கோலம் கேரளாவிலுள்ள கோட்டயம் வள்ளியூர் மகாகணபதி ஆலயத்தில் உள்ளது.
13. விநாயகப் பெருமானுக்குரிய நிவேதனப் பொருட்களுள் சிறந்தது கொழுக்கட்டை.
14. விநாயகர் அகவலை இயற்றியவர் அவ்வையார்.
15. அமெரிக்காவில் விநாயகருக்கு முதன் முதலில் கோயில் கட்டியவர் விவேகானந்தர்.
16. ரோம் நகரில் விநாயகரை ஜன்னல் என்கின்றனர்.

17. ஆவணி மாதம் பூர்வபட்ச சதுர்த்தியும், விசாக நட்சத்திரமும் கூடிய சோமவாரத்தின் சிம்ம லக்கினத்தில் விநாயகர் அவதரித்தார்.
18. எகிப்தில் கணபதியை கேகேஸ், குனஸ், கோனிடி என்று மூன்று பெயர்களில் அழைக்கின்றனர்.
19. இலங்கை கதிர்கிராமத்தில் விநாயகரை முறிவண்டி பிள்ளையார் என்று அழைக்கின்றனர்.
20. கம்போடி மக்கள் விநாயகரை பிராஹ் கணேஷ் என்று அழைக்கின்றனர்.
21. பல்கேரியா மொழியில் விநாயகரை கோத்தார், அபுன்காம் என்று அழைக்கின்றனர்.
22. மியான்மரில் விநாயகரை மகாபைனி என்று அழைக்கின்றனர்.
23. கல்வியில் சிறக்க அருள் புரியும் விநாயகர் "வித்யா கணபதி" என்பர். 'ஓம் வித்யா கணபதியே போற்றி' என்று 9 முறை தினமும் வழிபட வேண்டும்.
24. விநாயக புராணத்தின் ஆசிரியர் கச்சியப்ப சிவாச்சாரியர்.
25. விநாயகரின் மனைவியர் சித்தி புத்தி.
26. கபில முனிவர் விநாயகர் மீது பாடிய நூல் "காரிய சித்தி மாலை".

27. கிருஷ்ணகிரியிலுள்ள பாகலூரில் விநாயகப் பெருமான் சிவலிங்க ஆவுடையாரின் மேல் வலது கையில் ஒடிந்த தந்தத்துடனும், இடது கையில் கொழுக்கட்டையுடனும், ஈசான்ய திக்கை நோக்கி அமர்தருள் புரிகிறார்.
28. கொல்லூர் மூகாம்பிகை கோயிலில் பதினாறு கரங்களுடன் அருள்பாலிக்கிறார்.
29. குணசீலம் என்ற திருத்தலத்தில் தார்மீகநாதர் திருக்கோயிலில் விநாயகப் பெருமானுக்கு யானைக்கு உள்ளது போல் கண்கள் பக்கவாட்டில் இல்லாமல், பக்தர்களின் குறைகளை நேருக்கு நேர் பார்த்து உடனேயே தீர்த்து வைப்பதாக ஐதீகம்.
30. மதுராந்தகம் கோயில் விநாயகர் முருகப் பெருமானின் இருபுறமும் அமர்ந்த நிலையில் காட்சி தருகிறார். இது போன்று வேறு எங்கும் காண முடியாது.
31. கோவையில் (பவானி) ஆதிகேசவ பெருமாள் சௌந்தரநாயகி தாயார் சன்னதியில் வீணை வாசிக்கின்ற விநாயகர் இருக்கின்றார்.
32. ஆறு கைகள் இரண்டு முகங்கள் கொண்டு விநாயகர் மும்பையில் காட்சி தருகிறார்.

33. தஞ்சாவூரில் உள்ள சக்ரபாணி கோயிலில் விநாயகர் சங்கு சக்கரத்தோடு உள்ளார்.

34. காஞ்சி கச்சபேஸ்வரர் கோயிலில் தென்மேற்கு மூலையில் இடையூறு நீங்க, திருமால் வழிபட்ட சாத்தியநெறி விநாயகர் உள்ளார். இவரை வழிபட்டால் இடையூறு நீங்கி, நினைத்த காரியம் கைகூடும் என கந்தபுராணம் கூறுகிறது. தீராத தலைவலி, கண் பார்வை குறைகளை அகற்றி அருள்புரிகிறார்.

35. ஓம் ஸ்ரீ தோரண கணபதியே போற்றி' என 108 முறை ஜெபித்தால் புது மனை யோகம் ஏற்படும்.

36. "ஓம் ருணமோசக கணபதியே போற்றி" என்று மனதில் வழிபட்டால் கடன் தொல்லை தீரும்.

37. "ஓம், ஸ்ரீம், ஹ்ரீம், ஐம், க்லீம், சௌம், கம் கணபதியே நம" என்று மூல மந்திரத்தை மனதில் ஜெபித்தால் மனக்கவலை தீரும்.

38. திருவலஞ்சுழி வெள்ளை விநாயகர் (சுவேத விநாயகர்) பொங்கி வந்த கடல் நுரையால் உருவாக்கப்பட்டதாக ஐதீகம்.

39. 5ம் நூற்றாண்டில் மத்திய பிரதேசத்தில் முதன் முதலாக கணேசர் சிலையை ஒரு

குகைக்குள் கண்டதாக தொல்பொருள் ஆய்வாளர்கள் கூறுகிறார்கள்.

40. மணக்குள விநாயகர் கோவில் புதுச்சேரியில் உள்ளது.கோவிலின் உட்பகுதி மேற்கூரையில் விநாயகர் பற்றிய பல வண்ண படங்கள் வரையப்பட்டுள்ளது.

41. **வேலூர் மாவட்டம் ஸ்ரீபுரம் தங்கக் கோவில் வளாகத்தில் உலகிலேயே முதன் முறையாக 1700 கிலோ எடைகொண்ட வெள்ளி விநாயகர் மூலவர் என்ற அந்தஸ்தைப் பெற்ற கோவில் உள்ளது.**

42. **தூத்துக்குடி மாவட்டம் ஸ்ரீவைகுண்டம் சென்றால் ஒரே இடத்தில் பதினாறு விநாயகர் அருளை பெறலாம். அவரது பதினாறு பெயர்கள் - பால கணபதி, தருண கணபதி, பக்தி கணபதி, வீர கணபதி, சக்தி கணபதி, திக்விஜய கணபதி, சித்தி கணபதி, உச்சிஷ்ட கணபதி, விஞாராஜா கணபதி, க்ஷிப்ர கணபதி, ஹேரம்ப கணபதி, லட்சுமி கணபதி, மகா கணபதி, விஜய கணபதி, நிருத்த கணபதி, ஊர்த்துவ கணபதி.**

43. **யானையின் தலை, பெரிய வயிறு, உடம்பைக் கொண்டதால் இவருக்கு 'ஸ்தூல காயர்' என்ற பெயர் உண்டு. சொன்னவர் காஞ்சி மகாபெரியவர்**

44. விநாயகருக்கு சங்கட ஹர சதுர்த்தி செவ்வாயன்று வந்தால் விசேஷம். அன்று வழிப்பாட்டால் செவ்வாய் தோஷம் பாதிக்காது. அதனால் செவ்வாய்க்கிழமை விநாயகர் வழிப்பாட்டிற்கு உகந்தது.

45. விநாயகருக்கு 'ஸ்கந்த பூர்வஜன்' என்ற பெயர் உண்டு. 'கந்தனுக்கு மூத்தவன்'.

46. நான்கு யுகத்திலும் விநாயகரின் வாகனங்கள்

கிருதயுகம் - சிம்மம்
திரேதாயுகம் - மயில்
துவாபரயுகம் - மூஞ்சூறு
கலியுகம் - எலி

47. நவக்கிரங்களில் கேதுவின் அதிதேவதை விநாயகர்.

48. விநாயகருக்கு முதன் முதலில் தோப்புக்கரணம் இட்டு வழிபட்டவர் அகஸ்தியர்.

49. விநாயகர் காரிய சித்தி மாலையில் உள்ள எட்டு பாடல்களை தினமும் படிப்பவர்களுக்கு வெற்றி நிச்சயம்.

50. விநாயகருக்கு ஒரு கொம்பு, இரு செவிகள்,மூன்று கண்கள், நான்கு தோள்கள், ஐந்து கைகள், ஆறு எழுத்து மந்திரம் உடையவர் என எண்ணலங்காரத்தில் வழிபடுவார் வாரியார்.

51. விநாயக புராணம் எழுதியது கச்சியப்ப முனிவர்.இதை வீட்டில் வைத்து பூஜித்தால் எதிரி, கடன், நோய், அண்டாது.

52. விநாயகர் உடம்பில் நவக்கிரகங்கள்

1. தலை - வியாழன்
2. நெற்றி - சூரியன்
3. வலது மேல்கை - சனி
4. வலது கீழ்கை - புதன்
5. இடது மேல்கை - ராகு
6. இடது கீழ்கை - சுக்கிரன்
7. தொப்புள் - சந்திரன்
8. வலது தொடை - செவ்வாய்
9. இடது தொடை - கேது

53. மா, பலா, வாழை, கரும்பு ஆகியவற்றை நான்குகைகளில் ஏந்தியபடி ஐந்தாவது கையான துதிக்கையில் கொழுக்கட்டை வைத்திருப்பவர் பால கணபதி.

நூற்றியெட்டு விநாயகர்கள்

காரைக்குடியிலிருந்து பிள்ளையார்பட்டி செல்லும் வழியில் உள்ள கீழக்கரையில் 108 விநாயகர்கள் உள்ள ஆலயம் உள்ளது. எட்டு கணபதிகளுடன் ஐம்பது வலம்புரி, ஐம்பது இடம்புரி விநாயகர்களும் அருள் புரிகிறார்கள்.

1. மகாகணபதி
2. நர்த்தன கணபதி
3. லட்சுமி கணபதி
4. வித்யா கணபதி
5. வல்லப கணபதி
6. சித்தி - புத்தி கணபதி
7. ஹேரம்ப கணபதி(பஞ்சமுக கணபதி)
8. உச்சிஷ்ட கணபதி

108 விநாயகர் கொண்ட கோவில்கள்

தமிழ்நாட்டில் உள்ள காரைக்குடி, கோவை, திண்டுக்கல் மற்றும் கர்நாடகாவில் பெங்களூரில் உள்ளன.

விநாயகர் அஷ்டோத்ர சதநாமாவளி

1. ஓம் கஜானனாய நம
2. ஓம் கணாத்யக்ஷாய நம
3. ஓம் விக்னராஜாய நம
4. ஓம் விநாயகாய நம
5. ஓம் த்வைமதுராய நம
6. ஓம் த்விமுகாய நம
7. ஓம் ப்ரமுகாய நம
8. ஓம் சுமுகாய நம
9. ஓம் க்ரிதியாய நம
10. ஓம் சுப்ரதிபாய நம
11. ஓம் சுகநிதியாய நம
12. ஓம் சுராத்யக்ஷாய நம
13. ஓம் சுரரிக்னாய நம
14. ஓம் மான்யாய நம
15. ஓம் மகாகணபதயே நம
16. ஓம் மஹாகாலாய நம
17. ஓம் மஹாபலாய நம
18. ஓம் ஹேரம்பாய நம
19. ஓம் லம்பஜதராய நம
20. ஓம் ஹஸ்வக்ரீவாய நம
21. ஓம் மகோதராய நம
22. ஓம் மதோத்கடாய நம
23. ஓம் மஹாவீராய நம
24. ஓம் மந்த்ரினேயாய நம

25. ஓம் மங்களஸ்வராய நம
26. ஓம் ப்ரமதாய நம
27. ஓம் ப்ரதமாய நம
28. ஓம் ப்ராஜ்ஞாய நம
29. ஓம் விக்னகர்த்ரே நம
30. ஓம் விக்னஹம்த்ரே நம
31. ஓம் விஸ்வநேத்ரே நம
32. ஓம் விராட்பதயே நம
33. ஓம் ஸ்ரீபதயே நம
34. ஓம் வாக்பதயே நம
35. ஓம் ஸ்ரும்காரினே நம
36. ஓம் அஸ்ரிதவத்சலாய நம
37. ஓம் சிவப்ரியாய நம
38. ஓம் ஸீக்ரகாரிணே நம
39. ஓம் சாஸ்வதய நம
40. ஓம் பலாய நம
41. ஓம் பலோத்திதாய நம
42. ஓம் பவாத்மஜாய நம
43. ஓம் புராணபுருஷாய நம
44. ஓம் பூஷ்னே நம
45. ஓம் புஷ்கரோத்ஷிப்த வாரிணே நம
46. ஓம் அக்ரகண்யாய நம
47. ஓம் அக் பூஜ்யாய நம
48. ஓம் அக்ரகாமினே நம
49. ஓம் மம்த்ரக்ருதே நம
50. ஓம் சாமீக ப்ரபாய நம
51. ஓம் ர்வாய நம

52. ஓம் சர்வோபாஸ்யாய நம
53. ஓம் சர்வ கர்த்ரே நம
54. ஓம் சர்வ நேத்ரே நம
55. ஓம் சர்வ சித்தி ப்ரதாய நம
56. ஓம் சர்வ ஸித்தயே நம
57. ஓம் பம்சஹஸ்தாய நம
58. ஓம் பார்வதீனம்தனாய நம
59. ஓம் ப்ரபவே நம
60. ஓம் குமார குரவே நம
61. ஓம் அசேஷாப்யாய நம
62. ஓம் கும்ஜராசுரபம்ஜனாய நம
63. ஓம் ப்ரமோதாய நம
64. ஓம் மோதக ப்ரியாய நம
65. ஓம் காம்திமதே நம
66. ஓம் த்ருதிமதே நம
67. ஓம் காமினி நம
68. ஓம் கபித்தவன்ப்ரியாய நம
69. ஓம் ப்ரஹ்மசாரினே நம
70. ஓம் பிரஹ்ம ரூபினே நம
71. ஓம் ப்ரஹ்மவித்யாதி தானபுவே நம
72. ஓம் ஜிஷ்ணவே நம
73. ஓம் விஷ்ணு ப்ரியாய நம
74. ஓம் பக்தஜீவிதாய நம
75. ஓம் ஜித மன்மதாய நம
76. ஓம் ஐஸ்வர்ய காரணாய நம
77. ஓம் ஜ்யாயசே நம
78. ஓம் யக்ஷகின்னெற சேவிதாய நம

79. ஓம் கம்காசுதாய நம
80. ஓம் கணாதீசாய நம
81. ஓம் கம்பீரனினதாய நம
82. ஓம் வடவே நம
83. ஓம் அபீஷ்ட வரதாயினே நம
84. ஓம் ஜ்யோதிஷே நம
85. ஓம் பக்தனிதயே நம
86. ஓம் பாவகம்யாய நம
87. ஓம் மங்களப்ரதாய நம
88. ஓம் அவ்வக்தாய நம
89. ஓம் அப்ராக்ருத பராக்ரமாய நம
90. ஓம் சத்யதர்மினே நம
91. ஓம் சகயே நம
92. ஓம் சரசாம்பு நிதயே நம
93. ஓம் மகேசாய நம
94. ஓம் திவ்யாம்காய நம
95. ஓம் மணிகிம்கிணீ மேகாலாய நம
96. ஓம் ஸமஸ்த தேவதா மூர்த்தியே நம
97. ஓம் ஸஹிஷ்ணவே நம
98. ஓம் சததோத்திதாய நம
99. ஓம் விகாதகாரிணே நம
100. ஓம் விஸ்வக்த்றுஸே நம
101. ஓம் விஸ்வரக்ஷக்றுதே நம
102. ஓம் கல்யாண குரவே நம
103. ஓம் உன்மத்த வேஷாய நம
104. ஓம் அபராஜிதே நம
105. ஓம் ஸமஸ்த ஜகதாதாராய நம

106. ஓம் சர்த்வஸ்த ப்ரதாய நம
107. ஓம் ஆக்ராம்ந்த சிதப்ரபவே நம
108. ஓம் ஸ்ரீ விக்னேஸ்வரா நம

விநாயகர் துதிகள்

1. "ஆதி பூஜ்யாய தேவாய
தந்த மோதக தாரிணே
வல்லபா பிராண காந்தாய
ஸ்ரீ கணேஷாய மங்களம்."
பொருள் :- முழு முதல் பொருளே, முதலில் வழிபாடு செய்யப்படுபவரே, ஒடிந்த தந்தமும், கொழுக்கட்டையும் வைத்திருப்பவரே, வல்லபையின் ப்ராண நாதரே, கணேச பெருமானே, மங்களத்தையருள் செய்ய வேண்டும்.

2. "சர்வ ஸித்தி பாதாதரம்,
வந்தே அஹம் கணநாயகம்,
சர்வ விக்னஹரம் தேவம்,
சர்வ விக்ன விவர்ஜிதம்."
பொருள்:- எல்லா தடைகளையும் அழிப்பவரும், வேண்டிய அனைத்து சித்திகளையும் அளிக்கக்கூடிய வருமான

கணநாயகர் என்ற தேவாதி தேவனை வணங்குகிறேன்.

3. ஞான கணேசா சரணம் சரணம்
ஞான ஸ்கந்தா சரணம் சரணம்,
ஞான சதகுரு சரணம் சரணம்,
ஞானானந்தா சரணம் சரணம்.

4. அல்லல் தீர்ப்பாய் வள்ளல் கணேசா
ஆணவம் அகல வரமருள சிவனே,
துள்ளும் சக்தியை தந்திடும் உமையே,
தூய புத்தி தா, கலைவாணித் தாயே,
நல்ல செல்வங்கள் தருவாய் லட்சுமி,
நாளும் அருளை பொழிவாய் முருகா,
வல்லமை பலவும் அருளும் ரகுராமா,
வாய்மையே பேசிட வரம்தா கண்ணா.

5. "மூஷிக வாகன மோதக ஹஸ்தா
சாமர கர்ண விளம்பித சூத்ர
வாமன ரூப மஹேஸ்வர புத்ர
விக்ன விநாயக பாத நமஸ்தே."

6. ப்ரபோ கணபதே பரிபூரண
வாழ்வருள்வாயே, சார்ந்து வணங்கி துதி
பாடி ஆடி உந்தன் சன்னதி
சரணமடைந்தோம். சாந்த சித்த

சௌபாக்கியங்கள் யாவையும் தந்தருளும் சற்குரு நீயே.

7. “அல்லல்போம், வல்வினைபோம்,
அன்னை வயிற்றில் பிறந்த
தொல்லைபோம்,
நல்ல குணமதிகமாம்
போகாத்துயரம்போம்,
அருணை கோபுரத்துள் வீற்றிருக்கும்
கணபதியைத் தொழுதகால்.”

பொருள்:- வலிமை மிக்க ஊழ்வினையால் உண்டான தீவினைகள் யாவும் தீரும் என்பதோடு, நல்ல குணமும் அதிகமாகும். திருமலையாய் காட்சி தரும் திருவண்ணாமலை ஆலய கோபுரத்தில் வீற்றிருக்கும் ஆனைமுகனை வணங்கும்போது பிரிவுக்குக் காரணம், கோபம் முதலான கெட்ட குணங்களாக இருப்பின் அவை நீங்கி நற்குணம் வரும்.

8. வேழமுகத்து விநாயகனைத் தொழ
வாழ்வு மிகுந்து வரும்.
வெள்ளைக் கொம்பன்
விநாயகனைத் தொழ
துள்ளி ஓடும் தொடர்ந்த வினைகளே.

9. பாலும், தெளிதேனும், பாகும், பருப்பும்,
இவை நான்கும் கலந்து
நானுனக்கு தருவேன்
கோலம்செய் தூங்ககரி முகத்து
தூமணியே
நீ எனக்கு சங்கத் தமிழ் மூன்றும் தா

10. கதி என்று கணபதியை நம்பி,
துதி செய்தால் மனம் மகிழ்ந்து,
விதி நீக்கி வினை தீர்த்து,
நிதியாவும் தந்தருள்வான்
தும்பிக்கையான்.

11. ஐந்து கரத்தனை, யானை முகத்தனை,
இந்தின் இளம்பிறை,
போலும் எயிற்றனை,
நந்தி மகன்றனை,
ஞானக் கொழுந்தினை,
புந்தியில் வைத்தடி போற்றுகின்றேனே.

12. கண்ணே மணியே கணபதியே,
கவலை நீக்கும் குணநிதியே,
பொன்னே மணியே கணபதியே,
பொருளும் தருவாய்அருள்நிதியே,

சதுர்த்தியில் பணிந்தேன் கணபதியே,
சங்கடம் தீர்ப்பாய் கணபதியே,
என்றும் துதிப்பேன் கணபதியே,
ஏற்றம் அளிப்பாய் அருள்நிதியே.

13. <u>நோயின்றி நீண்ட காலம் வாழ</u>

"வாக்குண்டாம் நல்ல மனமுண்டாம்,
நோக்குண்டாம் மேனி நுடங்காது
பூக்கொண்டு,
துப்பார் திருமேனி தும்பிக்கையான்
பாதம்,
தப்பாமல் சார்வார் தமக்கு."

<u>பொருள்</u>:- விநாயகரின் திருவடியை பூக்களால் வழிபடுவோருக்கு வாக்கு வண்ணம், நல்ல மனம், உடல்நலம், லட்சுமி கடாட்சம், ஏற்படும் என்பது இதன் பொருள். வேறொரு பொருளும் உண்டு. துளசி, தும்பை, குப்பைமேனி, கரிசலாங்கண்ணி, ஆகிய மூலிகைகளை வேருடன் இடித்து சாறு பிழிந்து பனை வெள்ளம், தேனுடன் கலந்து சாப்பிட்டால்

நோய் அணுகாது. நீண்ட காலம் வாழலாம். (ஔவையார் அருளியது).

14. விநாயகனே வல்வினையை
வேரறுக்க வல்லான்,
விநாயகனே வேட்கை தணிவிப்பான்
விநாயகனே
விண்ணிற்கும் மண்ணிற்கும்
நாதனுமாம் -தன்மையினால்
கண்ணிற் பணிமின் கனிந்து. (கபிலர்)

15. மங்கலத்து நாயகனே,
மண்ணாளும் முதலிறைவா,
பொருகுதன் வயிற்றானே,
பொற்புடைய ரத்தினமே,
சங்கரனார் தருமதிலாய்,
சங்கடத்தை சங்கரிக்கும்,
எங்கள் குலவிளக்கே,
எழில்மணியே கணபதியே.

16. முக்கண்ணன் ஈன்ற முழுமுதலே,
முத்தமிழே பக்கலிலே உனக்கு,
வல்லப உச்சிஷ்ட கணபதி,
சோழிங்கநல்லூரில் வாழும்
குணசீலக் குன்றம் துணை.

17. குள்ள குள்ளர் குண்டுமணி கள்ளரே
கூர்மூக்கரே உன்திருவடி சரணம்

18. அற்புத கீர்த்தி வேண்டின்,
ஆனந்த வாழ்க்கை வேண்டின்,
நற்பொருள் குவிதல் வேண்டின்,
நலமெலாம் பெறுக வேண்டின்,
கற்பகமூர்த்தி தெய்வக்களஞ்சியம்,
திருக்கை சென்று,
பொற்பதம் பணிந்து பாரீர்,
பொய்யில்லை கண்ட உண்மை.
(பிள்ளையார்பட்டி பிள்ளையாருக்கு
கவியரசு கண்ணதாசன் எழுதியது)

19. வேணியில் பொலிவாய் தோன்றும்,
வெண்பிறை கங்கையோடு
பேணிய துதிக்கையால் பேரருள் நல்கும்,
குபேர கணபதி திருத்தாள் போற்றி.

20. ஓம் கம் கணபதயே நமோ நம,
ஓம் சித்தி விநாயகா நமோ நம,
ஓம் அஷ்ட விநாயகா நமோ நம,
ஓம் கணபதி பப்பா நமோ நம்.

21. ஓம் கணபதியைத் தொழ,
காரியம் கைக்கூடும்.
ஓம் கணபதியைத் தொழ,
கர்மவினை தீரும்.

ஓம் கணபதியைத் தொழ,
கண்டபேர் வசியமா.
ஓம் கணபதியைத் தொழ,
கைலாசம் கிட்டும்.

22. புண்ணியம் கோடி வரும்,
பொய் வாழ்க்கை ஓடிவிடும்,
எண்ணியது கைக்கூடும்,
ஏற்று துணை நன்னிடவே,
வாழ்வில் வளர ஒளியாம் வள்ளல்,
ஸ்ரீ விநாயகனை நாளெல்லாம்
வணங்கிடுவோம்.

23. <u>எடுத்த காரியம் வெற்றி பெற</u>
<u>கணபதியை தொழவும்</u>
லட்சுமி கடாட்சம் அளிப்பவரும்,
செய்ய விரும்பும் செயலை இனிதே
நிறைவேற்றுபவரும்,
சொல்வன்மை அளிப்பவரும்,
மேன்மை பெறச் செய்பவரும்,
நற்சிந்தனை உடையவராக உருவாக்கும்
வன்மை உடையவருமான கணபதியை
வானோரும்கூட வணங்கி நலம் பெறுவர்.

24. வருவாய் வருவாய் கணநாதா,
வந்தருள் புரிவாய் கஜராஜா,
ராஜகணபதே கணநாதா,

வந்தருள் புரிவாய் கஜராஜா,
பால் தேன் தருவேன் கணநாதா,
எனக்கு பக்தியை தருவாய் கஜராஜா,
மஹாராஜ கணபதே கணநாதா,
வந்தருள் புரிவாய் கஜராஜா,
முக்கனி தருவேன் கணநாதா,
எனக்கு முக்தியை தருவாய் கஜராஜா,
மஹாராஜ கணபதே கணநாதா,
வந்தருள் புரிவாய் கஜராஜா.

25. சரணம் சரணம் கணபதியே,
சக்தியின் மைந்தா கணபதியே,
வரணும் வரணும் கணபதியே,
வந்தே அருள்வாய் கணபதியே.
அன்பே சிவமே கணபதியே,
அருளும் தருவாய் கணபதியே,
இன்னல் நீக்கும் கணபதியே,
இன்ப ஜோதியே கணபதியே.
கண்ணே மணியே கணபதியே,
கவலை நீக்கும் கணபதியே,
பொன்னே மணியே கணபதியே,
பொருளும் தருவாய் கணபதியே.
ஆவணி திங்கள் கணபதியே,
அடியே தொழுதேன் கணபதியே,
சேவடி பணிந்தேன் கணபதியே,
செல்வம் தருவாய் கணபதியே.

26. தொந்தி கணபதி வா,வா, வா, வா,
வந்தே ஒரு வரம் தா, தா, தா, தா,
கந்தனின் அண்ணா வா,வா, வா, வா,
கனிவுடன் ஒரு வரம் தா, தா, தா, தா,
ஆனை முகத்துடன் வா,வா, வா, வா,
அவசியம் ஒரு வரம் தா, தா, தா, தா.
பானை வயிற்றுடன் வா,வா, வா, வா,
பணிந்தேன் ஒரு வரம் தா, தா, தா, தா.
எல்லாம் அறிந்த கணபதியே,
எவ்வரம் கேட்பேன் தெரியாதா?
நல்லவள்(ன்) என்னும் ஒரு பெயரை,
நான் பெற நீ வரம் தா, தா, தா, தா

27. <u>பிள்ளையார் பாட்டு</u>

பிள்ளையார், பிள்ளையார்,
பெருமை வாய்ந்த பிள்ளையார்.
பிள்ளையார், பிள்ளையார்,
பெருமை வாய்ந்த பிள்ளையார்.
அரசமர நிழலிலே,
ஆற்றங்கரை மீதினிலே,
வீற்றிருக்கும் பிள்ளையார்,
வினைகள் தீர்க்கும் பிள்ளையார்.
ஆணை முகம் கொண்டவர்.
ஐந்து கரங்கள் உடையவர்,
பானை வயிறு படைத்தவர்,
பக்தர் குறை தீர்ப்பவர்.
மஞ்சளிலே செய்யினும்,

மண்ணினாலே செய்யினும்,
ஐந்தெழுத்து மந்திரத்தை,
நெஞ்சில் ஆழ்த்தும் பிள்ளையார்.
ஆறுமுக வேலனுக்கு,
அண்ணனான பிள்ளையார்,
நேரும் துன்பம் யாவையும்,
நீக்கி வைக்கும் பிள்ளையார்.
அவல், கடலை, சுண்டலும்,
அரிசி கொழுக்கட்டையும்,
கவலை இன்றித் தின்னுவார்,
கஷ்டங்களைப் போக்குவார்.
கலியுகத்து விந்தையை,
காணவேண்டி அனுதினமும்,
எலியின் மீதேறியே,
இஷ்டம் போல சுற்றுவார். (பிள்ளையார்)

28. ஓரெழுத்தாய் ஓம் என்றே ஓதி மகிழ்வோம்.
இரண்டெழுத்தாய் ராம நாமம் சொல்லி துதிப்போம்.
மூன்றெழுத்தாய் சாஸ்தா என பாடி அழைப்போம்.
நான்கெழுத்தாய் ஓம் சக்தி என்றே உரைப்போம்.
ஐந்தெழுத்தாய் நம சிவாய மந்திரம் சொல்வோம்.

ஆறெழுத்தாய் சரவணபவ சரணம்
என்போம்.
ஏழெழுத்தாய் வக்ரதுண்டன் வல்லமை
போற்றுவோம்.
எட்டெழுத்தாய் ஓம் நமோ நாராயணா
என்றே கூறுவோம்.
ஒன்பதான கிரகங்களை நாளும்
பணிவோம்.
ஓம், ஹ்ரீம், ஐம், கிலீம், சௌம்,
ஆதித்யாய, ஸோமாய, மங்களாய, புதாய,
குரு, சுக்ர, சனிப்ய, ராகவே, கேதவே, நம:
என்று **9** முறை கூறவும்.
பத்தோடாறு செல்வம் பெற்று பாரினில்
வெல்வோம்.

29. <u>பிள்ளையார் துதி</u>

ஊருக்கு ஊர் பிள்ளையார்,
உங்கள் செல்ல பிள்ளையார்,
உறவு பாலம் அமைக்கிறார்,
உலக நலன் காக்கிறார்.
பேரைச் சொல்லும் பிள்ளையார,
பெருமை சேர்க்கும் பிள்ளையார்,
பெரியோர் சொல்லக் கேளுங்கள்,
பேருக்கு ஏற்ற பிள்ளையார்.
அரசமர பிள்ளையார்,
அம்சமாக இருக்கிறார்,
ஆற்றங்கரை மீதினிலே,

ஆற்றின் அழகை ரசிக்கிறார்.
நெரிசலான வீதியில்,
நடுவில் கூட இருப்பார்,
நேர்குத்து வாசலிலே நின்று,
திருஷ்டி கழிப்பவர்.
வரிசை கடைகள் நடுவிலே,
வணிகர்களை காப்பவர்,
கரிசனமாய் கண்களால்,
காலணியைக் காப்பவர்.
கோர்ட் வாசல் அருகிலே,
கோரிக்கையை ஏற்பவர்,
கல்விக்கூடம் அருகிலே,
கல்விக்கண்ணை திறப்பவர்.
தொழில் செய்கூடம் நெடுகிலும்,
தோன்றி நிற்கும் பிள்ளையார்,
தொழிலில் அமைதி காக்கிறார்,
தோன்றும் வினை தீர்க்கிறார்.
வழி நெடுக பிள்ளையார்,
வழிக்கும் துணை நிற்கிறார்.
வாழி அந்த பிள்ளையார்,
வாழ்க தமிழ் மக்கள்.

30.1. ஜெயகணேச ஜெயகணேச
ஜெயகணேச பாஹிமாம்
ஸ்ரீகணேச ஸ்ரீகணேச ஸ்ரீகணேச ரக்ஷமாம்.
2. சரவணபவ சரவணபவ
சரவணபவ பாஹிமாம்
சுப்ரமண்ய சுப்ரமண்ய சுப்ரமண்ய ரக்ஷமாம்.
3. வேல்முருகா வேல்முருகா
வேல்முருகா பாஹிமாம்.
வேலாயுதா வேலாயுதா வேலாயுதா ரக்ஷமாம்.
4. கலாவல்லி கலாவல்லி
கலாவல்லி பாஹிமாம்
கலைவாணி கலைவாணி
கலைவாணி ரக்ஷமாம்.
5.ஜெய சரஸ்வதி ஜெய சரஸ்வதி
ஜெய சரஸ்வதி பாஹிமாம்
ஸ்ரீ சரஸ்வதி, ஸ்ரீ சரஸ்வதி,
ஸ்ரீ சரஸ்வதி ரக்ஷமாம்.
6. மஹாலக்ஷ்மி, மஹாலக்ஷ்மி,
மஹாலக்ஷ்மி பாஹிமாம்
ஸ்ரீதேவி, ஸ்ரீதேவி, ஸ்ரீதேவி ரக்ஷமாம்.
7. ஜெயலக்ஷ்மி, ஜெயலக்ஷ்மி, ஜெயலக்ஷ்மி
பாஹிமாம்
ஸ்ரீ லக்ஷ்மி, ஸ்ரீ லக்ஷ்மி, ஸ்ரீ லக்ஷ்மி
ரக்ஷமாம்.

8. பராசக்தி, பராசக்தி, பராசக்தி பாஹிமாம்,
மஹாசக்தி, மஹாசக்தி,
மஹாசக்தி ரக்ஷமாம்.
9. ஓம் சிவாய, ஓம் சிவாய,
ஓம் சிவாய பாஹிமாம்,
ஸ்ரீ சிவாய, ஸ்ரீ சிவாய, ஸ்ரீ சிவாய ரக்ஷமாம்.
10. சம்புகுமார, சம்புகுமார,
சம்புகுமார பாஹிமாம்
சபரிகிரீசா, சபரிகிரீசா,
சபரிகிரீசா ரக்ஷமாம்.
11. ஜெயராம, ஜெயராம,
ஜெயராம் பாஹிமாம்,
ஸ்ரீராம, ஸ்ரீராம, ஸ்ரீராம ரக்ஷமாம்.
12. ஆஞ்சநேய, ஆஞ்சநேய,
ஆஞ்சநேய பாஹிமாம்,
அனுமந்த, அனுமந்த, அனுமந்த ரக்ஷமாம்.

31. ஓம் ஸ்ரீம் ஹ்ரீம் கலாம் கிலௌம் கம் தோரண கணபதியே, சர்வகார்ய கர்த்தாய, சகல சித்திகராய, சர்வஜன வசீகரணாய, ருணமோசன வல்லபாய, ஹ்ரீம் கம் கணபதயே சுவாஹா. (தினமும் 16 முறை சொல்லவும்)

32. பிள்ளையார் பதினாறு போற்றி

1.ஓம் அருள் வடிவுடையாய் போற்றி
2.ஓம் ஆன்மிகம் வளர்ப்பாய் போற்றி
3.ஓம் இகபர அருள்வாய் போற்றி
4.ஓம் ஈடிணை இலதாய் போற்றி
5.ஓம் உண்மையாய் ஒளிர்வாய் போற்றி
6.ஓம் ஊக்கம் ஊட்டிடுவாய் போற்றி
7.ஓம் எண்ணெழுத்து ஆனாய் போற்றி
8.ஓம் ஏக நாயகனே போற்றி
9.ஓம் ஐங்கர மூர்த்தியே போற்றி
10.ஓம் ஒளி முதல் முடிவே போற்றி
11.ஓம் ஓங்காரத்து உருவே போற்றி
12.ஓம் ஔவைக்கு அருளியவா போற்றி
13.ஓம் கணங்களின் பதியே போற்றி
14.ஓம் சக்தி மிக்கீவாய் போற்றி
15.ஓம் தவ நிறை அருளே போற்றி
16.ஓம் பரிபூரண பொருளே போற்றி

33. அகஜாநந பத்மார்க்கம்
கஜானனா மஹர்நிசம்
அநேகதந்தம் பக்தானாம்
ஏகதந்தம் உபாஸ்மஹே

34. ஸமஸ்த லோக சங்கரம்
நிரஸ்த தைத்ய குஞ்சரம்
தரேதரோதரம் வரம்
வரே பவக்த்ர அக்ஷரம்
க்ருபாகரம் க்ஷமாகரம்

முதாகரம் யஷஷ்கரம்
மனஸ்கரம் நமஸ்க்ருதாம்
நமஸ்கரோமி பாஸ்கரம்
(முன்னாள் ஜனாதிபதி திரு அப்துல் கலாம் அய்யா அவர்களுக்கு பிடித்த ஸ்லோகம்)

விநாயகரின் திருநாமங்கள்

1. ஓம் அனுக்ஞை விநாயகரே போற்றி
2. ஓம் அரசுவேம்பு விநாயகரே போற்றி
3. ஓம் அச்சுமுறி விநாயகரே போற்றி
4. ஓம் அரசமர விநாயகரே போற்றி
5. ஓம் அங்கோல விநாயகரே போற்றி
6. ஓம் அமராபதி பிள்ளையாரே போற்றி
7. ஓம் அன்னதானப் பிள்ளையாரே போற்றி
8. ஓம் அகத்திய விநாயகரே போற்றி
9. ஓம் அரசடி விநாயகரே போற்றி
10. ஓம் அவுரங்கானே போற்றி
11. ஓம் அத்திமுகனே போற்றி
12. ஓம் அங்குசபாசனே போற்றி

13. ஓம் அரிச்சந்திர விநாயகரே போற்றி
14. ஓம் அசுர சிருஷ்டி விநாயகரே போற்றி
15. ஓம் அன்னப்பட்டை விநாயகரே போற்றி
16. ஓம் அநீஸ்வரரே போற்றி
17. ஓம் அவிமுத்த விநாயகரே போற்றி
18. ஓம் அப்ரதி விநாயகரே போற்றி
19. ஓம் அர்க்க விநாயகரே போற்றி
20. ஓம் அபிசாண்டி விநாயகரே போற்றி
21. ஓம் அப்ப விநாயகரே போற்றி
22. ஓம் அந்தணர் விநாயகரே போற்றி
23. ஓம் அஸ்வந்த விநாயகரே போற்றி
24. ஓம் அதிசய விநாயகரே போற்றி
25. ஓம் அருமருந்து விநாயகரே போற்றி
26. ஓம் அஷ்டதிரவிய ஹவோபிரியனே போற்றி
27. ஓம் அபிஷ்டவரத விநாயகரே வபோற்றி
28. ஓம் அசூர சிருஷ்டி விநாயகரே போற்றி
29. ஓம் ஆதி வழிபாடு விநாயகரே போற்றி
30. ஓம் ஆளுடைய பிள்ளையாரே போற்றி
31. ஓம் ஆயிரத்தென் விநாயகரே போற்றி
32. ஓம் ஆவுடை விநாயகரே போற்றி
33. ஓம் ஆழத்துப் பிள்ளையாரே போற்றி
34. ஓம் ஆனைமுகனே போற்றி
35. ஓம் ஆக்கின விநாயகரே போற்றி
36. ஓம் ஆமோதக விநாயகரே போற்றி
37. ஓம் ஆசாபூரகரே போற்றி
38. ஓம் ஆதிகும்பேஸ்வர பிள்ளையாரே போற்றி

39. ஓம் ஆனந்த விநாயகரே போற்றி
40. ஓம் ஆனேகுட்டே விநாயகரே போற்றி
41. ஓம் ஆரிய குற்றால கணபதியே போற்றி
42. ஓம் ஆலமரத்தடி பிள்ளையாரே போற்றி
43. ஓம் ஆங்கரை பிள்ளையாரே போற்றி
44. ஓம் ஆபத்து காத்த விநாயகரே போற்றி
45. ஓம் ஆகண்டல விநாயகரே போற்றி
46. ஓம் இந்திர விநாயகரே போற்றி
47. ஓம் இரட்டை விநாயகரே போற்றி
48. ஓம் இஷ்ட சித்தி விநாயகரே போற்றி
49. ஓம் இக்ஷகண்ட விநாயகரே போற்றி
50. ஓம் இராச புத்திர விநாயகரே போற்றி
51. ஓம் இசை விநாயகரே போற்றி
52. ஓம் இலுப்பை மரத்தடி பிள்ளையாரே போற்றி
53. ஓம் இடம்புரி விநாயகரே போற்றி
54. ஓம் இங்க் பிள்ளையாரே போற்றி
55. ஓம் ஈச்சனாரி விநாயகரே போற்றி
56. ஓம் ஈச நந்தனரே போற்றி
57. ஓம் உச்சிப் பிள்ளையாரே போற்றி
58. ஓம் உச்சிஷ்ட கணபதியே போற்றி
59. ஓம் உமாபுத்திரரே போற்றி
60. ஓம் உபதாப விநாயகரே போற்றி
61. ஓம் உத்கண்ட கணபதியே போற்றி
62. ஓம் உக்கிரம்தணிந்த விநாயகரே போற்றி
63. ஓம் உண்மை விநாயகரே போற்றி
64. ஓம் ஊர்த்துவ கணபதியே போற்றி
65. ஓம் ஊர்த்துவ தாண்டவமுடைய

விநாயகரே போற்றி

66. ஓம் எமனை விரட்டும் விநாயகரே போற்றி
67. ஓம் ஏகதந்தனே போற்றி
68. ஓம் ஏரம்ப விநாயகரே போற்றி
69. ஓம் ஏகோ பயப்ரத விநாயகரே போற்றி
70. ஓம் ஏகாக்ஷர விநாயகரே போற்றி
71. ஓம் ஏர்போர்ட் விநாயகரே போற்றி
72. ஓம் ஐராவத கணபதியே போற்றி
73. ஓம் ஐந்து தலை விநாயகரே போற்றி
74. ஓம் ஐங்கரனே போற்றி
75. ஓம் ஐந்து விநாயகரே போற்றி
76. ஓம் ஐமுக கணபதியே போற்றி
77. ஓம் ஒன்பது தல விருட்ச விநாயகரே போற்றி
78. ஓம் ஓங்காரனே போற்றி
79. ஓம் ஓலமிட்ட விநாயகரே போற்றி
80. ஓம் ஓட்டைப் பிள்ளையாரே போற்றி
81. ஓம் ஔஷத பிள்ளையாரே போற்றி
82. ஓம் கன்னிமூல கணபதியே போற்றி
83. ஓம் கமல விநாயகரே போற்றி
84. ஓம் கண் கொடுத்த விநாயகரே போற்றி
85. ஓம் கற்பக விநாயகரே போற்றி
86. ஓம் கன்னி விநாயகரே போற்றி
87. ஓம் கணேச லிங்கமே போற்றி
88. ஓம் கஜவக்த்ரரே போற்றி
89. ஓம் களத்திரதோஷ பிள்ளையாரே போற்றி
90. ஓம் களத்துமேட்டு மகாகணபதியே போற்றி
91. ஓம் கலங்காமல் காத்த விநாயகரே போற்றி

92. ஓம் கள்ளப் பிள்ளையாரே போற்றி
93. ஓம் கடலைக்கல்லு விநாயகரே போற்றி
94. ஓம் கசிவுக்கல்லு விநாயகரே போற்றி
95. ஓம் கணநாயகரே போற்றி
96. ஓம் கஜமுகனே போற்றி
97. ஓம் கணேசனே போற்றி
98. ஓம் கணபதியே போற்றி
99. ஓம் கறிமுகனே போற்றி
100. ஓம் கணநாதா போற்றி
101. ஓம் கஜமுக அனுகிரக மூர்த்தியே போற்றி
102. ஓம் கஜமுகா போற்றி
103. ஓம் கனகிரீடரரே போற்றி
104. ஓம் கணப விநாயகரே போற்றி
105. ஓம் கசகன்ன விநாயகரே போற்றி
106. ஓம் கண்ட விநாயகரே போற்றி
107. ஓம் கந்த பூர்வசரே போற்றி
108. ஓம் கபிலரே போற்றி
109. ஓம் கணேசுரரே போற்றி
110. ஓம் கணபரே போற்றி
111. ஓம் கனக விநாயகரே போற்றி
112. ஓம் கடைக்கண் விநாயகரே போற்றி
113. ஓம் கச்சேரி விநாயகரே போற்றி
114. ஓம் கடல்நுரை விநாயகரே போற்றி
115. ஓம் கமிஷன் விநாயகரே போற்றி
116. ஓம் கரும்பாயிரம் பிள்ளையாரே போற்றி
117. ஓம் கலைச்செல்வ விநாயகரே போற்றி
118. ஓம் கணேசனியே போற்றி

119. ஓம் கல்யாண விநாயகரே போற்றி
120. ஓம் கடலை விநாயகரே போற்றி
121. ஓம் கடுகு கணபதியே போற்றி
122. ஓம் கவான்வின் ஷேர் விநாயக் ஷா போற்றி
123. ஓம் கலங்காமல் காத்த விநாயகரே போற்றி
124. ஓம் கற்பகேஸ்வரரே போற்றி
125. ஓம் காவல் கணபதியே போற்றி
126. ஓம் காங்கிடென்னே போற்றி
127. ஓம் காசிபரே போற்றி
128. ஓம் காவேரி நாயகரே போற்றி
129. ஓம் கார்த்தி விநாயகரே போற்றி
130. ஓம் காசிப் பிள்ளையாரே போற்றி
131. ஓம் கிண்ணி விநாயகரே போற்றி
132. ஓம் கிரிசை சுதரே போற்றி
133. ஓம் குலசேகர விநாயகரே போற்றி
134. ஓம் குணசரே போற்றி
135. ஓம் குலப்ரிய விநாயகரே போற்றி
136. ஓம் குளக்கரை விநாயகரே போற்றி
137. ஓம் குட்டுப்படும் பிள்ளையாரே போற்றி
138. ஓம் குழலூதும் விநாயகரே போற்றி
139. ஓம் குடைவரை விநாயகரே போற்றி
140. ஓம் கூப்பிடு விநாயகரே போற்றி
141. ஓம் கூர் நிதாக்ஷ விநாயகரே போற்றி
142. ஓம் கூத்தாடும் பிள்ளையாரே போற்றி
143. ஓம் கெட்டி விநாயகரே போற்றி
144. ஓம் கைகாட்டி விநாயகரே போற்றி
145. ஓம் கொடிமர விநாயகரே போற்றி

146. ஓம் கோடி விநாயகரே போற்றி
147. ஓம் கோட்டைவாசல் கணபதியே போற்றி
148. ஓம் கோடாரி விநாயகரே போற்றி
149. ஓம் கோட்டை விநாயகரே போற்றி
150. ஓம் கௌபின் கணபதியே போற்றி
151. ஓம் கௌபீனதாரி விநாயகரே போற்றி
152. ஓம் சந்தான விநாயகரே போற்றி
153. ஓம் சர்வசக்தி விநாயகரே போற்றி
154. ஓம் சங்கு விநாயகரே போற்றி
155. ஓம் சப்த கணபதியே போற்றி
156. ஓம் சர்வ சித்தி விநாயகரே போற்றி
157. ஓம் சசிவர்ண விநாயகரே போற்றி
158. ஓம் சக்தி விநாயகரே போற்றி
159. ஓம் சர்ப்ப விநாயகரே போற்றி
160. ஓம் சங்கரி புத்திரனே போற்றி
161. ஓம் சண்முக விநாயகரே போற்றி
162. ஓம் சந்தி விநாயகரே போற்றி
163. ஓம் சர்வாயுதரே போற்றி
164. ஓம் சந்திர விநாயகரே வபோற்றி
165. ஓம் சதுர்த்தி விநாயகரே போற்றி
166. ஓம் சமுசிக விநாயகரே போற்றி
167. ஓம் சர்க்கரை விநாயகரே போற்றி
168. ஓம் சந்தனமரத்தடி விநாயகரே போற்றி
169. ஓம் சங்கஷ்ட விநாயகரே போற்றி
170. ஓம் சங்குபாணி விநாயகரே போற்றி
171. ஓம் சத்தியனேரி விநாயகரே போற்றி
172. ஓம் சம்மந்த விநாயகரே போற்றி

173. ஓம் சாலை விநாயகரே போற்றி
174. ஓம் சாலடக விநாயகரே போற்றி
175. ஓம் சிந்தாமணி விநாயகரே போற்றி
176. ஓம் சித்தி விநாயகரே போற்றி
177. ஓம் சிதம்பர விநாயகரே போற்றி
178. ஓம் சித்தி புத்தி விநாயகரே போற்றி
179. ஓம் சிவப்பு நிற விநாயகரே போற்றி
180. ஓம் சித்தலட்சுமி விநாயகரே போற்றி
181. ஓம் சித்திகார்த்தரே போற்றி
182. ஓம் சித்தீசரே போற்றி
183. ஓம் சித்தரூப விநாயகரே போற்றி
184. ஓம் சிங்கமுக விநாயகரே போற்றி
185. ஓம் சினமாயா கணதீஷ் போற்றி
186. ஓம் சுந்தர கணபதியே போற்றி
187. ஓம் சுவர்ண கணபதியே போற்றி
188. ஓம் சுமங்களா விநாயகரே போற்றி
189. ஓம் சுமுக விநாயகரே போற்றி
190. ஓம் சுயம்பு விநாயகரே போற்றி
191. ஓம் சுயம்பு மாணிக்க விநாயகரே போற்றி
192. ஓம் செல்வ விநாயகரே போற்றி
193. ஓம் செவிசாய்க்கும் பிள்ளையாரே போற்றி
194. ஓம் செந்தூர் கணபதியே போற்றி
195. ஓம் செக்கடி விநாயகரே போற்றி
196. ஓம் செண்பக விநாயகரே போற்றி
197. ஓம் சேனை முதலியாரே போற்றி
198. ஓம் சேஷத்ர பாலா பிள்ளையாரே போற்றி
199. ஓம் சைவப்பிள்ளையாரே போற்றி

200. ஓம் சோன பத்திர விநாயகரே போற்றி
201. ஓம் சோமா கணபதியே போற்றி
202. ஓம் ஞான சித்தி விநாயகரே போற்றி
203. ஓம் ஞான கணபதியே போற்றி
204. ஓம் ட்ரவுசர் விநாயகரே போற்றி
205. ஓம் டுண்டி ராஜ கணபதியே போற்றி
206. ஓம் த்ரயாக்ஷர கணபதியே போற்றி
207. ஓம் த்விமுக விநாயகரே போற்றி
208. ஓம் தலையில்லாப் பிள்ளையாரே போற்றி
209. ஓம் தலையாட்டிப் பிள்ளையாரே போற்றி
210. ஓம் தருண கணபதியே போற்றி
211. ஓம் தம்பிக்கோட்டை விநாயகரே போற்றி
212. ஓம் தன்வந்திரி விநாயகரே போற்றி
213. ஓம் தந்த வக்ர விநாயகரே போற்றி
214. ஓம் தல கணபதியே போற்றி
215. ஓம் தண்ணீரில் மூழ்கும்
கணபதியே போற்றி
216. ஓம் தலையைத்திருக தனம் தரும்
விநாயகரே போற்றி
217. ஓம் தம்பிக்கு உகந்த
விநாயகரே போற்றி
218. ஓம் தாலி கட்டிக்கொள்ளும்
பிள்ளையாரே போற்றி
219. ஓம் தாமோதர விநாயகரே போற்றி
220. ஓம் தாமிரக்கோட்டை விநாயகரே போற்றி
221. ஓம் தாமரை விநாயகரே போற்றி
222. ஓம் தான்தோன்றி விநாயகரே போற்றி

223. ஓம் திருச்சிற்றம்பல பிள்ளையாரே போற்றி
224. ஓம் திரிகண்ட விநாயகரே போற்றி
225. ஓம் திரிமுக விநாயகரே போற்றி
226. ஓம் திருப்பணி விநாயகரே போற்றி
227. ஓம் திருஞானசம்பந்த விநாயகரே போற்றி
228. ஓம் தீர்த்தக்கரை விநாயகரே போற்றி
229. ஓம் தும்பிக்கை விநாயகரே போற்றி
230. ஓம் துவார கணபதியே போற்றி
231. ஓம் துன்முகரே போற்றி
232. ஓம் துராதரே போற்றி
233. ஓம் துர்க்கை விநாயகரே போற்றி
234. ஓம் துவிஜ கணபதியே போற்றி
235. ஓம் தும்பிக்கை இல்லாத விநாயகரே போற்றி
236. ஓம் துர்கா கணபதியே போற்றி
237. ஓம் துந்தி ராஜ கணபதியே போற்றி
238. ஓம் தூமகேது விநாயகரே போற்றி
239. ஓம் தூம்ரவர்ணரே போற்றி
240. ஓம் தேன் உறிஞ்சும் கணபதியே போற்றி
241. ஓம் தேக்கடி கணேசா போற்றி
242. ஓம் தேரடி கணபதியே போற்றி
243. ஓம் தொட்ட கணபதியே போற்றி
244. ஓம் தொந்தி கணபதியே போற்றி
245. ஓம் தோத்காரே போற்றி
246. ஓம் தோரண கணபதியே போற்றி
247. ஓம் நர்த்தன கணபதியே போற்றி
248. ஓம் நடன கணபதியே போற்றி
249. ஓம் நவசக்தி விநாயகரே போற்றி
250. ஓம் 27 நட்சத்திர விருட்ச விநாயகரே போற்றி

251. ஓம் நவரங்காவில் கணபதியே போற்றி
252. ஓம் நடுக்கம் தவிர்த்த விநாயகரே போற்றி
253. ஓம் நட்சத்திர விநாயகரே போற்றி
254. ஓம் நவகிரக விநாயகரே போற்றி
255. ஓம் நரமுக விநாயகரே போற்றி
256. ஓம் நந்தி வாகன விநாயகரே போற்றி
257. ஓம் நற்றுடையானே போற்றி
258. ஓம் நந்தி விநாயகரே போற்றி
259. ஓம் நான்கு அடுக்கு சிகரத்தில் கணபதியே போற்றி
260. ஓம் நாதலிங்க விநாயகரே போற்றி
261. ஓம் நாத விநாயகரே போற்றி
262. ஓம் நாகாபரண கணபதியே போற்றி
263. ஓம் நாவல் மரத்தடி பிள்ளையாரே போற்றி
264. ஓம் நாக விநாயகரே போற்றி
265. ஓம் நிருதி கணபதியே போற்றி
266. ஓம் நிறை விநாயகரே போற்றி
267. ஓம் நிதிபரே போற்றி
268. ஓம் நிச விநாயகரே போற்றி
269. ஓம் நிருத்த கணபதியே போற்றி
270. ஓம் நிஜரூப சுயம்பு விநாயகரே போற்றி
271. ஓம் நீதி வழங்கும் விநாயகரே போற்றி
272. ஓம் நீலகண்ட விநாயகரே போற்றி
273. ஓம் நெற்குத்தி விநாயகரே போற்றி
274. ஓம் நெல்லி மரத்தடி விநாயகரே போற்றி
275. ஓம் நேத்ர கணபதியே போற்றி
276. ஓம் பகவத் விநாயகரே போற்றி

277. ஓம் பட்டி விநாயகரே போற்றி
278. ஓம் பஞ்சமுக கணபதியே போற்றி
279. ஓம் பஞ்சவிருட்ச விநாயகரே போற்றி
280. ஓம் பக்த கணபதியே போற்றி
281. ஓம் படிக்கட்டு விநாயகரே போற்றி
282. ஓம் பரிபூரண கணபதியே போற்றி
283. ஓம் பகீரத விநாயகரே போற்றி
284. ஓம் பதும அத்தரே போற்றி
285. ஓம் பத்ரி விநாயகரே போற்றி
286. ஓம் பஞ்சமி விநாயகரே போற்றி
287. ஓம் பந்து விநாயகரே போற்றி
288. ஓம் பளிங்குப் பிள்ளையாரே போற்றி
289. ஓம் பஞ்சபூத விநாயகரே போற்றி
290. ஓம் பல்லவ விநாயகரே போற்றி
291. ஓம் பல்லாலேஸ்வரரே போற்றி
292. ஓம் படித்துறை விநாயகரே போற்றி
293. ஓம் பஞ்சமுக ப்ரஸன்ன
ராஜ கணபதியே போற்றி
294. ஓம் படிப்பிள்ளையாரே போற்றி
295. ஓம் பராசக்தி விநாயகரே போற்றி
296. ஓம் பாலா கணபதியே போற்றி
297. ஓம் பாஸாக்கும் பிள்ளையாரே போற்றி
298. ஓம் பாத விநாயகரே போற்றி
299. ஓம் பால கைலாச விநாயகரே போற்றி
300. ஓம் பாலச்சந்திர விநாயகரே போற்றி
301. ஓம் பாசபாணியே போற்றி
302. ஓம் பாசாங்குசரே போற்றி

303. ஓம் பாலி கணபதியே போற்றி
304. ஓம் பிரளயம் காத்த விநாயகரே போற்றி
305. ஓம் பிரசன்ன விநாயகரே போற்றி
306. ஓம் பிராக்னேஷ்சே போற்றி
307. ஓம் பிள்ளையாரே போற்றி
308. ஓம் பிரணவப்பொருளோனே போற்றி
309. ஓம் பிரதான கணபதியே போற்றி
310. ஓம் பிரம்மரூப விநாயகரே போற்றி
311. ஓம் பிடிச்சு வைத்த பிள்ளையாரே போற்றி
312. ஓம் பீஜ கணபதியே போற்றி
313. ஓம் புஷ்பம் தந்த கணபதியே போற்றி
314. ஓம் புன்னைமரத்தடி விநாயகரே போற்றி
315. ஓம் பூமி விக்னேஸ்வரரே போற்றி
316. ஓம் பொய்யாமொழி விநாயகரே போற்றி
317. ஓம் பொள்ளாப் பிள்ளையாரே போற்றி
318. ஓம் பௌத்த கணபதியே போற்றி
319. ஓம் மயூரே கணபதியே போற்றி
320. ஓம் மஹோதரரே போற்றி
321. ஓம் மகாகணபதியே போற்றி
322. ஓம் மரகத விநாயகரே போற்றி
323. ஓம் மங்கள பிள்ளையாரே போற்றி
324. ஓம் மஞ்சள் பிள்ளையாரே போற்றி
325. ஓம் மணக்குள விநாயகரே போற்றி
326. ஓம் மகாபைனியே போற்றி
327. ஓம் மதோத்கடரே போற்றி
328. ஓம் மணிகர்ண விநாயகரே போற்றி
329. ஓம் மகாபுத்தி விநாயகரே போற்றி

330. ஓம் மங்கள சித்தி விநாயகரே போற்றி
331. ஓம் மஹாபாரத பிள்ளையாரே போற்றி
332. ஓம் மலைக்கோட்டை விநாயகரே போற்றி
333. ஓம் மணிகட்டிப் பிள்ளையாரே போற்றி
334. ஓம் மரத்தடிப் பிள்ளையாரே போற்றி
335. ஓம் மலர் விநாயகரே போற்றி
336. ஓம் மகிழ மரத்தடி பிள்ளையாரே போற்றி
337. ஓம் மருத மரத்தடிப் பிள்ளையாரே போற்றி
338. ஓம் மருத மரத்தடிப் பிள்ளையாரே போற்றி
339. ஓம் மகாட் விநாயகரே போற்றி
340. ஓம் மந்திர விநாயகரே போற்றி
341. ஓம் மாணிக்க விநாயகரே போற்றி
342. ஓம் மாற்றுரைத்த விநாயகரே போற்றி
343. ஓம் மாமரத்தடிப் பிள்ளையாரே போற்றி
344. ஓம் மால்துயர் தீர்த்த விநாயகரே போற்றி
345. ஓம் மஹாளய பிள்ளையாரே போற்றி
346. ஓம் மிளகு பிள்ளையாரே போற்றி
347. ஓம் முச்சந்தி விநாயகரே போற்றி
348. ஓம் முந்தி விநாயகரே போற்றி
349. ஓம் முக்குறுணி விநாயகரே போற்றி
350. ஓம் முக்தி விநாயகரே போற்றி
351. ஓம் முன்னவனே போற்றி
352. ஓம் முத்து விநாயகரே போற்றி
353. ஓம் முன் அகாண்ட விநாயகரே போற்றி
354. ஓம் முத்தமிழ் விநாயகரே போற்றி
355. ஓம் மூல முதல்வோனே போற்றி
356. ஓம் மூஷிக வாகனா போற்றி
357. ஓம் மூத்த பிள்ளையாரே போற்றி

358. ஓம் மூடுகணபதியே போற்றி
359. ஓம் மூக்கறுந்த விநாயகரே போற்றி
360. ஓம் மூக்குத்துணி விநாயகரே போற்றி
361. ஓம் மெட்டிப் பிள்ளையாரே போற்றி
362. ஓம் மெகா விநாயகரே போற்றி
363. ஓம் மொட்டை விநாயகரே போற்றி
364. ஓம் மோத்திடங்கரி விநாயகரே போற்றி
365. ஓம் மோதகப் பிரியனே போற்றி
366. ஓம் யோக கணபதியே போற்றி
367. ஓம் ரத்தினக்கற்ப விநாயகரே போற்றி
368. ஓம் ரம்ய கணபதியே போற்றி
369. ஓம் ராஜ கணபதியே போற்றி
370. ஓம் ராகு கேது வலம்புரி விநாயகரே போற்றி
371. ஓம் ராஜ அஷ்ட விமோசன
மகா கணபதியே போற்றி
372. ஓம் ருணமோசக கணபதியே போற்றி
373. ஓம் லம்போதர விநாயகரே போற்றி
374. ஓம் லிங்கோத்பவ வலம்புரி
விநாயகரே போற்றி
375. ஓம் வழித்துணை விநாயகரே போற்றி
376. ஓம் வழிகாட்டி விநாயகரே போற்றி
377. ஓம் வரசித்தி விநாயகரே போற்றி
378. ஓம் வலம்புரி விநாயகரே போற்றி
379. ஓம் வல்லப கணபதியே போற்றி
380. ஓம் வன்னி விநாயகரே போற்றி
381. ஓம் வக்ரதுண்டரே போற்றி
382. ஓம் வடுகப் பிள்ளையாரே போற்றி

383. ஓம் வலஞ்சுழி விநாயகரே போற்றி
384. ஓம் வழிப்பிள்ளையாரே போற்றி
385. ஓம் வல்லப விநாயகரே போற்றி
386. ஓம் வரத விநாயகரே போற்றி
387. ஓம் வரகணபதியே போற்றி
388. ஓம் வன்னி மரத்தடிப் பிள்ளையாரே போற்றி
389. ஓம் வளம் வந்த விநாயகரே போற்றி
390. ஓம் வாதாபி கணபதியே போற்றி
391. ஓம் வில்வமரத்தடிப் பிள்ளையாரே போற்றி
392. ஓம் வியாக்ரபாத விநாயகரே போற்றி
393. ஓம் வியாழ பூடணரே போற்றி
394. ஓம் விக்னகரரே போற்றி
395. ஓம் வினைதீர்த்த விநாயகரே போற்றி
396. ஓம் விபூதிப்பிள்ளையாரே போற்றி
397. ஓம் விஜயகணபதியே போற்றி
398. ஓம் விக்னராஜனே போற்றி
399. ஓம் விநாயக கோரக்கரே போற்றி
400. ஓம் விருச்சிக விநாயகரே போற்றி
401. ஓம் விகட சக்ர விநாயகரே போற்றி
402. ஓம் விஸ்வரூப கணபதியே போற்றி
403. ஓம் விக்ன கணபதியே போற்றி
404. ஓம் விவாஹ விநாயகரே போற்றி
405. ஓம் விக்னேஸ்வரனே போற்றி
406. ஓம் விக்ன கிருதே போற்றி
407. ஓம் விக்கின வர்த்தரே போற்றி
408. ஓம் விடங்க விநாயகரே போற்றி
409. ஓம் விடந்தீர்த்த விநாயகரே போற்றி

410. ஓம் வித்யா கணபதியே போற்றி
411. ஓம் விஸ்வக்சேனரே போற்றி
412. ஓம் விக்ன யுவன நேசகணபதியே போற்றி
413. ஓம் விக்னேஸ்வரி விநாயகரே போற்றி
414. ஓம் விநாயகதாரணியே போற்றி
415. ஓம் வீரஹத்தி விநாயகரே போற்றி
416. ஓம் வீர விநாயகரே போற்றி
417. ஓம் வீதி விநாயகரே போற்றி
418. ஓம் வெள்ளெருக்குப் பிள்ளையாரேப் போற்றி
419. ஓம் வெயில் காத்த விநாயகரே போற்றி
420. ஓம் வெயிலுகந்த விநாயகரே
421. ஓம் வெற்றி விநாயகரே போற்றி
422. ஓம் வெண்ணை கணபதியே போற்றி
423. ஓம் வெள்ளங்காத்த விநாயகரே போற்றி
424. ஓம் வெள்ளை விநாயகரே போற்றி
425. ஓம் வேழமுகத்தோனே போற்றி
426. ஓம் வேத விநாயகரே போற்றி
427. ஓம் வைத்திய கணபதியே போற்றி
428. ஓம் வைஷ்ணவ விநாயகரே போற்றி
429. ஓம் ஜயேஷ்ராஜனே போற்றி
430. ஓம் ஜுரம் தீர்த்த விநாயகரே போற்றி
431. ஓம் ஜெய விநாயகரே போற்றி
432. ஓம் ஸ்வாகத் கணபதியே போற்றி
433. ஓம் ஸ்நபன கணபதியே போற்றி
434. ஓம் ஸ்தம்ப கணபதியே போற்றி
435. ஓம் ஸ்ருஷ்டி விநாயகரே போற்றி
436. ஓம் ஸ்வேதா விநாயகரே போற்றி

437. ஓம் ஸௌபாக்ய கணபதியே போற்றி
438. ஓம் ஹஸ்த கணபதியே போற்றி
439. ஓம் ஹரித்ரா கணபதியே போற்றி
440. ஓம் ஹேரம்ப கணபதியே போற்றி
441. ஓம் ஸ்ரீசாமர கணபதியே போற்றி
442. ஓம் ஸ்ரீசிருஷ்டி கணபதியே போற்றி
443. ஓம் ஸ்ரீசுப விநாயகரே போற்றி
444. ஓம் ஸ்ரீபக்தி கணபதியே போற்றி
445. ஓம் ஸ்ரீபுவன விநாயகரே போற்றி
446. ஓம் ஸ்ரீபுவனராஜா கணபதியே போற்றி
447. ஓம் ஸ்ரீமஹாலட்சுமி சங்கட ஹர
கணபதியே போற்றி
448. ஓம் ஸ்ரீமுக கணபதியே போற்றி
449. ஓம் ஸ்ரீதுண்டி கணபதியே போற்றி
450. ஓம் ஸ்ரீதுர்கா கணபதியே போற்றி
451. ஓம் ஸ்ரீநிருத்த கணபதியே போற்றி
452. ஓம் ஸ்ரீருணமோசக கணபதியே போற்றி
453. ஓம் ஸ்ரீலட்சுமி கணபதியே போற்றி
454. ஓம் ஸ்ரீவிநாயக மூர்த்தி விநாயகரே போற்றி
455. ஓம் ஸ்ரீக்ஷிப்ர பிரசாத கணபதியே போற்றி
456. ஓம் க்ஷிப்ர கணபதியே போற்றி
457. ஓம் க்ஷிப்பிரப் பிரசாதனரே போற்றி

விநாயகர் அகவல்

சீதக் களபச் செந்தா மரைப்பூம்

பாதச் சிலம்பு பல இசை பாட
பொன்னரை ஞாணும் பூந்துகில் ஆடையும்
வன்ன மருங்கில் வளர்ந்தழ(கு) எறிப்ப
பேழை வயிறும் பெரும்பாரக்கோடும்
வேழ முகமும் விளங்குசிந் தூரமும்
அஞ்சு காரமும் அங்குச பாசமும்
நெஞ்சில் குடிகொண்ட நீல மேனியும்

நான்ற வாயும் நாலிரு புயமும்
மூன்று கண்ணும் மும்மதச் சுவடும்
இரண்டு செவியும் இலங்குபொன் முடியும்
திரண்டமுப் புரிநூல் திகழ் ஒளி மார்பும்
சொற்பதம் கடந்த துரியமெய்ஞ் ஞான
அற்புதம் நின்ற கற்பகக் களிறே!
முப்பழம் நுகரும் மூஷிக வாகன
இப்பொழுது என்னை ஆட்கொள வேண்டித்

தாயாய் எனக்கு தானெழுந்து அருளி
மாயாப் பிறவி மயக்கம் அறுத்துத்
திருந்திய முதல்ஐந் தெழுத்தும் தெளிவாய்ப்
பொருந்தவே வந்தேன் உளந்தனில் புகுந்து
குருவடி வாகிக் குவலயந் தன்னில்
திருவடி வைத்துத் திறம் இதுபொருள்என
வாடா வகைதான் மகிழ்ந்தெனக் கருளிக்
கோடா யுதத்தால் கொடுவினை களைந்தே

உவட்டா உபதேசம் புகட்டிஎன் செவியில்

தெவிட்டாத ஞானத் தெளிவையுங் காட்டி
ஐம்புலன் தன்னை அடக்கும் உபாயம்
இன்புறு கருணையின் இனிதெனக் கருளிக்
கருவிகள் ஒடுங்கும் கருத்தினை அறிவித்து
இருவினை தன்னை அறுத்திருள் கடிந்து
தலமொரு நான்கும் தந்தெனக் கருளி
மலமொரு மூன்றின் மயக்கம் அறுத்தே

ஒன்பது வாயில் ஒரு மந்திரத்தால்
ஐம்புலக் கதவை அடைப்பதுங் காட்டி
ஆறா தாரத்து அங்குச நிலையும்
பேறா நிறுத்திப் பேச்சுரை அறுத்தே
இடைபிங் கலையின் எழுத்தறி வித்துக்
கடையில் சுழிமுனைக் கபாலமும் காட்டி
மூன்றுமண் டலத்தின் முட்டிய தூணின்
நான்றெழு பாம்பின் நாவில் உணர்த்திக்

குண்டலி அதனில் கூடிய அசபை
விண்டெழு மந்திரம் வெளிப்பட உரைத்து
மூலா தாரத்து மூண்டெழு கனலைக்
காலால் எழுப்பும் கருத்தறி வித்தே
அமுத நிலையும் ஆதித்தன் இயக்கமும்
குமுதா சகாயன் குணத்தையும் கூறி
இடைச்சக் கரத்தின் ஈரெட்டு நிலையும்
உடற்சக் கரத்தின் உறுப்பையுங் காட்டிச்

சண்முகத் தூலமும் சதுர்முக சூட்சமும்

எண்முக மாக இனிதெனக்கு அருளிப்
புரியட்ட காயம் புலப்பட எனக்குத்
தெரிஎட்டு நிலையும் தரிசனப் படுத்தி
கருத்தினில் கபால வாயில் காட்டி
இருத்தி முத்தி இனிதெனக்கு அருளிப்
என்னை அறிவித்து எனக்கருள் செய்து
முன்னை வினையின் முதலைக் களைந்து

வாக்கும் மனமும் இல்லா மனோலயம்
தேக்கியே என்றன் சிந்தை தெளிவித்து
இருள்வெளி இரண்டும் ஒன்றிடம் என்ன
அருள்தரும் ஆனந்தத்தை அழுத்திஎன்
செவியில்
எல்லை இல்லா ஆனந்தம் அளித்து
அல்லல் களைந்தே அருள்வழி காட்டிச்
சத்தத்தின் உள்ளே சதாசிவம் காட்டிச்
சித்தத்தின் உள்ளே சிவலிங்கம் காட்டி

அணுவிற்கு அணுவாய் அப்பாலுக்கு அப்பாலாய்க்
கணுமுற்றி நின்ற கரும்புள்ளே காட்டி
வேடமும் நீறும் விளங்க நிறுத்திக்
கூடுமெய்த் தொண்டர் குழாத்துடன் காட்டி
அஞ்சக் கரத்தின் அரும்பொருள் தன்னை
நெஞ்சக் கருத்தின் நிலையறி வித்துக்
தத்துவ நிலையைத் தந்தென்னை ஆண்ட
வித்தக விநாயக! விரை கழல் சரணே!

விநாயகர் கவசம்

வளர்சிகையைப் பராபரமாய்
வயங்கு விநாயகர் காக்க
வாய்ந்த சென்னி அளவுபடா அதிக சவுந்தர தேக
மதோற்கடற்தாம் அமர்ந்து காக்க
விளரற நெற்றியை என்றும் விளங்கிய
காசிபர் காக்க

புருவம் தம்மைத் தளர்வின் மகோதரர் காக்க
தடவிழிகள் பாலச்சந்திரனார் காக்க
கவின்வளரும் அதரம் கசமுகர் காக்க
தாலம் கணக்கிரீடர் காக்க

நவில்சி புகம் கிரிசை சுதர் காக்க
நனிவாக்கை விநாயகர் தாம் காக்க
அவிர்நகை துன்முகர் காக்க
அள்எழிற் செஞ்செவி பாசபாணி காக்க

தவிர்தலுரு திளங்கோடி போல்வளர்மணி
நாசியைச் சிந்திதார்த்தர் காக்க

காமரு பூமுகந்தன்னைக் குணேசர் நனிக்காக
களம் கணேசர் காக்க

வாமமுறும் இருதோளும் வயங்குகந்த
பூர்வசர்தாம் மகிழ்ந்து காக்க
ஏமமுறும் மணிமுலை விக்கின விநாசன் காக்க
இதயந்தன்னைத்தோம் அகலும்
கணநாதர் காக்க

அகட்டினை துலங்(கு) ஏரம்பர் காக்க
பக்கம் இரண்டையும் தராதரர் காக்க
பிருட்டத்தைப் பாவம் நீக்கும்
விக்கினகரன் காக்க
விளங்கிலிங்கம் வியாள பூடணர்தாம் காக்க

தக்க குய்யம் தன்னை வக்கிரதுண்டர் காக்க
கச்சனத்தை அல்லல் தக்க கணபன் காக்க
உருவை மங்களமூர்த்தி உவந்து காக்க
தாள் முழந்தாள் மகாபுத்தி காக்க

இருபதம் ஏகதந்தர் காக்க
வாழ்கரம் கப்பிரப்பிரசாதனர் காக்க
முன்கையை வணங்குவார்நோய்
ஆழ்த்தரச்செய் ஆசாபூரகர் காக்க

விரல் பதுமத்தர் காக்க
கேழ்கிளரும் நகங்கள் விநாயகர் காக்க

கிழக்கினிற் புத்தீசர் காக்க
அக்கினியிற் சித்தீசர் காக்க

உமாபுத்திரர் தென் திசை காக்க
மிக்க நிறுதியிற் கணேசுரர் காக்க
விக்கினவர்த்தனர் மேற்க்கென்னும்
திக்கதனிற் காக்க
வாயுவிற் கசகன்னர் காக்க

திகழ்உ தீசி தக்க நிதிபன் காக்க
வடகிழக்கில் ஈசநந்தனரே காக்க
ஏகதந்தர் பகல்முழுதுங் காக்க
இரவினிற் சாந்தி இரண்டன் மாட்டும்
ஓகையின் விக்கினகிருது காக்க

இராக்கதர் பூதம் உருவே தாளம்
மோகினி பேய் இவையாதி
உயிர்த்திறத்தால் வருந்துயரும்
முடிவில்லாத வேகமுறு பிணி பலவும்
விலக்கு பாசாங்குசர் தாம் விரைந்து காக்க

மதி, ஞானம், தவம், தானம், மானம், ஒளி
புகழ் குளம் வண்சரீரம் முற்றும்
பதிவான தனம், தானியம், கிருகம்,
மனைவி, மைந்தர்
பயல் நட்பாதிக கதியாவும் கலந்து
சர்வாயுதர் காக்க

காமர் பவித்ரர் முன்னான விதியாரும்
சுற்றமெல்லாம் மயூரேசர்
எஞ்ஞான்றும் விரும்பிக் காக்க
வென்றி சீவிதம் பகபலர் காக்க
கரியாதியெல்லாம் விகடன் காக்க.

என்றிவ்வாறிது தனை முக்காலமும் ஓதிடின்
நும்பால் இடையூறொன்றும்
ஒன்றுமுறா முனிவர்காள்
அறிமின்கள் யாரொருவர் ஓதினாலும்
மன்ற ஆங்கவர்தேக்கம் பிணியறவச்
சிரதேக மாகி மன்னும்.

காரியசித்தி மாலை

பந்தம் அகற்றும் அநந்தகுணப் பரப்பும்
எவன்பால் உதிக்குமோ
எந்த உலகும் எவனிடத்தில் ஈண்டி இருந்து
கரக்குமோ

சந்தமறை ஆகமங் கலைகள் அனைத்தும்
எவன்பால் தகவருமோ
அந்த இறையாம் கணபதியை அன்பு கூரத்
தொழுகின்றோம்.

உலகம் முழுவதும் நீக்கமற ஒன்றாய் நிற்கும்
பொருள் எவன் அவ்
உலகிற் பிறக்கும் விகாரங்கள் உறாதமேலாம்
ஒளியாவன்?
உலகம் புரியும் வினைப் பயனை ஊட்டும்
களைகண் எவன் அந்த
உலகு முதலைக் கணபதியை உவந்து சரணம்
அடைகின்றோம்.

இடர்கள் முழுதும் எவனருளால் எரிவீழும்
பஞ்சென மாயும்
தொடரும் உயிர்கள் எவனருளால் சுரர்வாழ்
பதியும் உறச்செய்யும்
கடவுள் முதலோர்க் கூறின்றிக் கருமம்
எவனால் முடிவுறும் அத்
தடவுமருப்புக் கணபதியை பொன் சரணம்
சரணம் அடைகின்றோம்.

மூர்த்தியாகித் தலமாகி முந்நீர் கங்கை
முதலான
தீர்த்தமாகி அறிந்தறியாத் திறத்தினாலும்
உயிர்க்கு நலம்
ஆர்த்திநாளும் அறியாமை அகற்றி
அறிவிப்பான் எவன் அப்

போர்த்த கருணைக் கணபதியைப் புகழ்ந்து சரணம் அடைகின்றோம்.

செய்யும் வினையின் முதல்யாவன்
செய்யப்படும் அப்பொருள் யாவன்
ஐயமின்றி உளதாகும் அந்தக் கருமப் பயன் யாவன்
உய்யும் வினையின் பயன் விளைவில் ஊட்டி விடுப்பான் எவன்
அந்தப் பொய்யில் இறையைக் கணபதியைப்
புரிந்து சரணம் அடைகின்றோம்.

வேதம் அளந்தும் அறிவரிய விகிர்தன் யாவன் விழுத்தகைய
வேத முடிவில் நடம் நவிலும் விமலன் யாவன் விளங்குபர
நாதமுடிவில் வீற்றிருக்கும் நாதன் எவன் எண்குணன் எவன் அப்
போத முதலைக் கணபதியைப் புகழ்ந்து சரணம் அடைகின்றோம்.

மண்ணின் ஓர் ஐங்குணமாகி வதிவான் எவன் நீரிடை நான்காய்
நண்ணி அமர்வான் எவன் தீயின் மூன்றாய் நவில்வான் எவன்
வளியின் எண்ணும் இரண்டு குணமாகி
இயைவான் எவன் வானிடை ஒன்றாம்
அண்ணல் எவன் அக்கணபதியை அன்பிற்
சரணம் அடைகின்றோம்.

பாச அறிவில் பசுஅறிவில் பற்றற்கரிய பரன்யாவன்
பாச அறிவும் பசுஅறிவும் பயிலப் பணிக்கும் அவன்யாவன்
பாச அறிவும் பசுஅறிவும் பாற்றி மேலாம் அறிவான
தேசன் எவன் அக்கணபதியைத் திகழச் சரணம் அடைகின்றோம்.

இந்த நமது தோத்திரத்தை யாவன் மூன்று தினமும் உம்மைச்
சந்தி களில்தோத் திரஞ்செயினும் சகல கரும சித்திபெறும்
சிந்தை மகிழச் சுகம்பெறும்எண் தினம்உச் சரிக்கின் சதுர்த்தியிடைப்
பந்தம் அகல ஓர்எண்கால் படிக்கில் அட்ட சித்தியுறும்.
திங்கள் இரண்டு தினந்தோறும் திகழஒருபான் முறையோதில்
தங்கும் அரச வசியமாம் தயங்க இருபத் தொருமுறைமை
பொங்கும் உழுவ லால்கிளப்பின் பொருவின் மைந்தர் விழுக்கல்வி
துங்க வெறுக்கை முதற்பலவும் தோன்றும் எனச் செப்பி மறைந்தார்.

கணேச பஞ்சரத்னம்
(ஆதி சங்கரர் அருளியது)

முதா கராத்த மோதகம் ஸதா விமுக்தி ஸாதகம்
கலாதராவ தம்ஸகம் விலாஸி லோக ரக்ஷகம்
அநாயகைக நாயகம் விநாசிதேப தைத்யகம்
நதாசுபாசு நாசகம் நமாமிதம் விநாயகம்.

நதேதராதி பீகரம் நவோதி தார்க்க பாஸ்வரம்
நமத் ஸுராரி நிர்ஜரம் நாதாதிகாப துத்தரம்
ஸுரேச்வரம் நிதீச்வரம் கஜேச்வரம் கணேச்வரம்
மஹேச்வரம் த மாச்ரயே பாரத்பரம் நிரந்தரம்

ஸமஸ்த லோக சங்கரம் நிரஸ்ததைத்ய குஞ்சரம்
தரேதரோதரம் வரம் வரேப வக்த்ர மக்ஷரம்
க்ருபாகரம் க்ஷமாகரம் முதாகரம் யசஸ்கரம்
மனஸ்கரம் நமஸ்க்ருதாம் நமஸ்கரோமிபாஸ்வரம்.

அகிஞ்சனார்த்தி மார்ஜனம் சிரந்தனோக்தி பாஜனம்
புராரி பூர்வ நந்தனம் ஸுராரி கர்வ சர்வணம்
ப்ரபஞ்ச நாச பீஷணம் தனஞ்ஜயாதி பூஷணம்
கபோலதான வாரணம் பஜே புராண வாரணம்

நிதாந்த காந்தி தந்தகாந்த மந்தகாந்த காத்மஜம்

அசிந்த்யரூப மந்த ஹீன மந்தராய க்ருந்தனம்
ஹ்ருதந்தரே நிரந்தரம் வஸந்த மேவ யோகிநாம்
தமேகதந்த மேவதம் விசிந்தயாமி ஸந்ததம்.

"எவர் ஒருவர் அதிகாலையில் விநாயகரை சிந்தனையில் நிறுத்தி மனதை ஒருமுகப்படுத்தி நம்பிக்கையுடன் மஹாகணேச பஞ்சரத்னத்தைச் உச்சரிக்கின்றாரோ அவருக்கு நோயின்மையும், எந்த ஒரு சிக்கலையும் தீர்க்கக்கூடிய ஆற்றல், தீதில்லாத நல்ல நிலை, ஒற்றுமையும், நல்ல புத்திர பாக்கியமும், பூரண ஆயுளும் எட்டு வகையான செல்வங்களையும் வெகு விரைவில் அடையலாம்".

தஞ்சாவூர் அருகிலும் ஒரு பிள்ளையார்பட்டி

இங்கு மாமன்னர் ராஜராஜசோழன் கட்டிய ஹரித்ரா விநாயகர் கோவில் பிரசித்தி பெற்றதாகும். ராகு கேது தோஷம் போக்குபவர் ஹரித்ரா விநாயகர். இவர் தஞ்சை பெரிய கோயிலுக்காக முதன் முதலில் ஒற்றைக் கல்லில் பெரிய அளவில் செதுக்கப்பட்டவர்.வழியில் தேரின் அச்சு முறிந்ததால் இங்கு இறக்கப்பட்டு பின் ஒரு அங்குலம் கூட நகர்த்த முடியாமல் போனதால், இங்கேயே கோவில் கட்டப்பட்டது. இவ்வூர் பிள்ளையார்பட்டி என்ற பெயர் பெற்றது.

வஞ்சகத்தால் ஒன்றானைத் துதிக்கை மிகத்
திரண்டானை வணங்கார் உள்ளே
அஞ்சரண் மூன்றானை மறைமொழி
நால் வாயானை அத்தன் ஆகித்
துஞ்ச உணர்க் கஞ்சானைச் சென்னி
யணி யாறுனை துகளெ ழானைச்
செஞ்சொல் மறைக்க கெட்டானை
பரங்கிரிவாழ்
கற்பகத்தை சிந்தைச் செய்வாம்.

(ஒன்று முதல் எட்டு வரை எண்களின் சிலேடை நயத்துடன் இராமச்சந்திர கவிராயர் 'திருப்பரங்கிரி புராணத்தில்' பாடிய பாடல்).

விநாயக சதுர்த்தி - 21 மலர்கள்

1. மல்லி
2. முல்லை
3. ஜாதிமல்லி
4. சாமந்தி
5. சம்பங்கி
6. தாமரை
7. செண்பகம்
8. பாரிஜாதம் - பவழமல்லி
9. அரளி
10. வில்வபூ
11. மனோரஞ்சிதம்
12. தும்பை பூ
13. எருக்கம் பூ
14. தாழம்பூ
15. மாதுளை பூ
16. மாம் பூ
17. செம்பருத்தி
18. ரோஜா
19. நந்தியாவட்டை
20. ஊமத்தை
21. கொன்றை

விநாயக சதுர்த்தி - 21 பழங்கள்

1. மா
2. பலா
3. வாழை
4. இலந்தை
5. பிறப்பான்
6. நாவல்
7. விளாம்
8. சாத்துக்குடி
9. கொய்யா
10. மாதுளை
11. சீத்தாப்பழம்
12. திராட்சை
13. எலுமிச்சை
14. அன்னாசி
15. பேரிக்காய்
16. கரும்பு
17. அத்தி
18. சோளம்
19. ஆரஞ்சு
20. பேரிச்சம்
21. உலர் திராட்சை, முந்திரி

விநாயக சதுர்த்தி - 21 இலைகள்

1. அருகம்புல்
2. ஊமத்தை
3. இலந்தை
4. வன்னி
5. நாயுருவி
6. கண்டங்கத்திரி
7. அரளி
8. அரச
9. முல்லை
10. மருதம்
11. மாதுளை
12. எருக்கம்
13. விஷ்ணுகிராந்தி
14. தேவதாரு
15. மரிக்கொழுந்து
16. ஜாதிமல்லி
17. அகத்தி
18. தாழம்பூ
19. தவனம்
20. கரிசலாங்கண்ணி
21. வில்வம்

விநாயக சதுர்த்தியும் கொழுக்கட்டையும்

விநாயகர் சதுர்த்திக்கு பிள்ளையாருக்கு பல விதமான நைவேத்தியங்கள் படைத்தாலும், அதில் மிக முக்கியமாக இருக்க வேண்டியது மோதகம் (கொழுக்கட்டை) தான். வீட்டில் வைத்து வழிபாடு செய்யும் விநாயகர் சிலையிலும் கையில் மோதகம் இல்லாமல் இருக்கக் கூடாது என்பார்கள். மோதகம் என்பது தேங்காய், வெல்லப்பாகு, அரிசி மாவு ஆகியவற்றை சேர்த்து செய்யப்படும் பதார்த்தம் ஆகும். இந்த பொருளை நைவேத்தியமாக விநாயகருக்கு படைப்பதற்கு முக்கியமான காரணம் உண்டு. விநாயகருக்கு

இது பிரியமான உணவாக ஆனதற்கு தனி கதையும் உண்டு.

மோதகம் என்ற சொல்

மோதக் + அகம் ஆகிய சொற்களில் இருந்து உருவானதாகும். மோதக் என்றால் உற்சாகம், மகிழ்ச்சி என்பது பொருள் அதே போல் அகம் என்ற சொல்லுக்கு வழங்கக் கூடியது என்று பொருள். மகிழச்சியையும் ஆனந்தத்தையும் வழங்கக் கூடிய பொருள் என்பதால் மோதகத்தை விநாயகருக்கு படைத்து வழிபடுவது சிறப்பானதாகும்.

விநாயகர் சதுர்த்தி நைவேத்தியங்கள்

கொழுக்கட்டை(கார கொழுக்கட்டை, பால் கொழுக்கட்டை, பூர்ண கொழுக்கட்டை, இனிப்பு கொழுக்கட்டை, பிடி கொழுக்கட்டை), ரவா லட்டு, கடலைமாவு லட்டு, தேங்காய் லட்டு, இனிப்பு லட்டு, போளி, உளுந்து வடை, கொண்டைக்கடலை சுண்டல், பருப்பு வடை, அவல், பொரி, சர்க்கரைப் பொங்கல், தேன், பால், பாயாசம் என பல பல விதமான நைவேத்யம் படைக்கலாம்.

உலகில் உள்ள அனைவரின் தடைகளை நீக்கி
பூரண அனுக்கிரஹம் செய்கிற
அழகான குழந்தை தெய்வம் விநாயகர்.
அவரை பிரார்த்தித்துப் பூஜை செய்து நாம்
விக்னங்களின்றி நல்வாழ்வு பெற்று
வாழ்வோமாக. நம்மையும் நம் உலகையும்
இயக்கும் இறைவனுக்கு நன்றி.

www.ingramcontent.com/pod-product-compliance
Lightning Source LLC
LaVergne TN
LVHW021143160826
845679LV00023B/2026

* 9 7 9 8 8 9 3 2 2 7 7 0 3 *